D1771427

மூன்று நதிகள்

மூன்று நதிகள்

சுப்ரபாரதிமணியன்

எழுத்து
பிரசுரம்

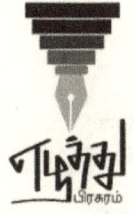

மூன்று நதிகள்
Moondru Nadhigal © 2018 Suprabharathi Manian

Ezutthu Prachuram First Edition: December 2018
(An imprint of Zero Degree Publishing)
ISBN: 978 93 87707 51 1
Title No. EP: 29

All rights reserved. No part of this publication may be reproduced, stored in a retrieval system, or transmitted, in any form or by any means, electronic, mechanical, photocopying, recording, psychic, or otherwise, without the prior permission of the publishers.

Zero Degree Publishing
No. 55(7), R Block, 6th Avenue,
Anna Nagar,
Chennai - 600 040

Website : www.zerodegreepublishing.com
E Mail : zerodegreepublishing@gmail.com
Phone : 98400 65000

Cover Art : Saravana Kumar
Cover Design & Layout: Creative Studio

பேரா. ராமபாண்டி அவர்களுக்கு...

முன்னுரை

"கலை என்பது பிரச்சனையை சுற்றி எழுப்பப்படும் புனைவே"

"கலை என்பது பிரச்சனையை சுற்றி எழுப்பப்படும் புனைவே" என்ற சார்த்தரின் வாசகம் என்னைத் தொந்தரவு செய்து கொண்டே இருக்கிறது.

இன்றைய மனிதனின் மனசாட்சி குறித்தப் பிரச்சினைகளை எழுத்தாளன்தான் ஊடுருவிப் பார்க்க வேண்டியிருக்கிறது. அறிவியலும் தொழில்நுட்பமும் பணமாற்றங்களும் மனிதனின் முன்னேற்றத்திற்கானதல்லாமல் சுயசிதைவை நோக்கியே சென்று கொண்டிருக்கிறது என்பதை என் சொந்த ஊரின் மக்களின் வாழ்க்கை திரும்பத் திரும்ப உணர்த்திக் கொண்டே இருக்கிறது. அந்தச் சிதைவு தரும் கண்ணோட்டம் அபத்தம் சூன்யம் என்று வாழ்க்கை பற்றி வழக்கமான சொற்களாலேயே இறுதியில் புரிந்து கொள்ளப்படுகிறது. கடவுள் இருக்கிற உலகு என்று இதை பெரும்பான்மையான உழைக்கும் மனிதனும் நம்புகிறான்.

நிச்சயமற்றதான வாழ்வில் மனிதனின் இருத்தலுக்கு இருக்கும் ஏதோ அர்த்தத்தை சின்ன வட்டங்களுக்கும் அடைத்துக் கொள்கிறான். எந்த வித அர்த்தமும் இல்லாத உலகில் கடவுள் பற்றின கருத்துக்கள் கொஞ்சம் பிடிமானதாய் தற்காலிகமாய் இருக்கிறது கொஞ்ச காலம். சமூகத்தையும் மனிதனையும் மாற்றி அமைக்கக் கூடிய தத்துவ விசாரங்களோ அறிவியல் தேடல்களோ பாடத்திட்டத்தோடு நின்று விடுகின்றன அந்தப் பாடத் திட்டங்களுக்குகூட கட்டுப்பாடு என்பது போல் குழந்தைகளை குழந்தைத் தொழிலாளி ஆக்கிவிடுகிறோம். எந்த உலகம் மனிதனின் வாழ்க்கைக்கு ஆதாரமாக உள்ளதோ அது அவனிடமிருந்து உழைப்பிலும் வாழ்வதிலும் அந்நியப்பட்டு நிற்கிறது. அர்த்தமற்ற உலகம். அர்த்தத்தைத் தேடும் மனித மனம் தடுமாறிக்கொண்டே இருக்கிறது. இந்தத் தடுமாற்றம்தான் ஒரே ஒரு தீவிரமானப் பிரச்சினை தற்கொலையில் சென்று முடிவதுதான் வாழக்கையில் ஏதோ கணத்தில் நம்புகிறான். அந்த தற்கொலைக்கு முன்பாக கொஞ்சம் வாழ்ந்து பார்க்கிற ஆசையில் நாட்களைக் கடத்துகிறான்.

மனிதனின் மனதை நிரப்புவதற்கு ஏதோ மலை உச்சியை அடைகிற பிரயத்தனத்தில் ஈடுபடுகிறான். அந்த மலை உச்சிக்கு காவடி எடுத்துக் கொண்டு போகிறான். அங்கு போகையில் தீர்த்த செம்புகள், அலங்காரங்கள் அவன் எடுத்துச் செல்லும் காவடியை கனமாக்குகின்றன. கீழே இறங்கும்போது தீர்த்த கலசங்களில் இருந்த தண்ணீர் இல்லாமல் இருக்கிறது. ஆனால் அலங்காரங்கள், விபூதி, பஞ்சாமிர்தம் என்று எடை குறைவதில்லை. மகிழ்ச்சியுடன் இருப்பதாக தனக்குத்தானே கற்பனை செய்து கொள்கிறான். குசிப்படுத்திக் கொள்கிறான். அதற்குத்தான் கெடாவெட்டுகளும், கிரகப்பிரவேசங்களும் கருமாதி முற்றங்களும் இருக்கவே செய்கின்றன. புலனின்பங்களில் கிடைக்கும் ஆனந்தம் பெரிய ஆறுதலாகிறது. யதார்த்த உலகின் மீது காட்டப்படும் அலட்சியம் அவனை உறுத்துவதேயில்லை. ஆனால் உயிர்த்தெழுந்துவிடலாம் என்ற நப்பாசை இருந்துகொண்டே இருக்கிறது. கல் நெஞ்சம் சாதாரணமாகவே உருவாகி விடுகிறது. சகமனிதர்களைப் பற்றிய அனுதாபம் கூட இருப்பதில்லை. கடவுள் குறித்த அனுதாபம் இருக்கும் அளவுக்குக் கூட.... யதார்த்தத்தின் உண்மை அவன்

தனக்குள்ளாகவே வாழ்ந்து கொண்டிருப்பதைச் சொல்கிறது. இறந்து போகிறவர்களின் கதையை ஒவ்வொருவரும் எழுதிக் கொண்டேயிருக்கிறார்கள். அவனின் வார்த்தைகளை யாரோ இட்டு நிரப்பிக் கொள்கிறார்கள். அந்த வார்த்தைகள் சாதாரண மனிதனின் வார்த்தைகள்.

அழுக்கடைந்த சிறு நதிகளின் பரப்புகளுக்கு இடையே கொலைகளாலும் துக்கங்களாலும் தன்னை நிறுத்திக் கொள்கிறான. தேவதூதர்களும் கடவுள்களும் சாத்தான்களும் மதுப்போத்தல்களும் கொஞ்சம் அபூர்வமாய் புத்தகங்களும் கடைசிப் புழுக்கள் தின்ன யாரின் பின்னாலோ அணிவகுத்து நிற்கிறான். விசாரணை என்பதெல்லாம் இல்லை. அதற்கான நிதானமான மொழி என்று எதுவும் இல்லை என்பதும் தெளிவாகிறது. மொழி இழந்தது போல் இயந்திரங்களுடன் உரையாடிக் கொண்டே இருக்கிறான். வார இறுதியில் சம்பளப் பணத்துடன் அதிகமாகவே உரையாடுகிறான். நேசம் கொள்கிறான். வருடம் ஒருதரம் போனஸ் (அதுவும் பீஸ் ரேட், தினசரி கூலி என்றாகிவிட்ட 99 சதம் தொழிலாளிக்கு வெறும் பிஸ்கட்) என்பதெல்லாம் அவனின் கனவுக்குள்தான் இருக்கிறது.

ஆன்மீக ஆறுதல்தர நிரம்பப்பேர் தென்படுகிறார்கள் ஒரு சூரியனைப்போல் சுற்றிதிரிகிறார்கள். கடவுளின் இருப்பு பற்றி கேள்வி எழுப்புகிறவர்களின் குரல் உரக்க இல்லாமல் போகிறபடியாகிறது. ஒழுங்கமைக்கப்பட்ட பயணத்திற்கு கூட கடவுள் வருவார் என்றே சில சமயங்களில் நம்பி நடக்கிறான். சுதந்திரத்தின் பொருளை அற்ப போதைக்குள்ளும் தள்ளாடல்களுக்குள்ளும் மலை ஏறுவதிலும் மலைப்பிரசங்கத்திலும் கண்டடைகிறான். ஒப்புதல் வாக்குமூலம் என்ற ஒன்று நிரந்தரமாகக் கல்லில் பொதிக்கப்பட்டே இருக்கிறது,

“மனிதர்கள் தங்களுக்குள் புதைத்து வைத்திருப்பதை வெளிச்சத்துக்குக் கொண்டுவரும் பணியை மேற்கொண்டபோது, அது மிகவும் கடினமானது என்று நினைத்தேன்; மனிதர் யாரும் தங்களுடைய ரகசியத்தைக் காப்பாற்றும் திறனற்றவர்கள். ஒருவனுடைய உதடுகள் பேசாவிட்டாலும், தன் விரல்

நுனிகளைக் கொண்டு வாயடிக்கிறான்; அவனுடைய ஒவ்வொரு சிறுதுளையிலிருந்தும் ஏமாற்றுதல் கசிகிறது" என்று யாரோ சொன்னது ஞாபகம் வருகிறது. அந்தக்கசிவை கொஞ்சம் கதைகளாய் நான் தொடர்ந்து எழுதிக் கொண்டிருக்கிறேன். 16 நாவல்களும் 200 கதைகளும் 55 புத்தகங்களும் என்று அவை என் முன் நின்று எனக்கே ஆச்சர்யம் தந்தாலும் என் நகரத்தில் சாதாரண தொழிலாளி வார சம்பளத்தை மனதில் கொண்டு செயல்படுவதைப் போல கூட இல்லாமல் எந்த நப்பாசையுமின்றி தொடர்ந்து எழுதிக் கொண்டிருக்கிறேன்.

(விஷ்ணுபுரம் விழா கருத்தரங்கில் பேசியது)

சுப்ரபாரதிமணியன்

தற்காலிகமாய் நிறுத்தப்படும் ஆட்டம்

"இனி உன்னோட ஆட முடியுமுன்னு தோணலே சுபா"

"ஏன் அப்பிடி சொல்றீங்க"

"முடியாதுன்னு தோணுது. மனசு பலவீனமாயிருச்சு"

அவரின் எதிரில் இருந்த குதிரைகளும் ராஜாக்களும் படை வீரர்களும் செயலிழந்தது போல் சதுரங்க அட்டையைப் பார்த்துக் கொண்டிருந்தார். இது இனி அவசியமில்லாதது என்பதாய் பார்த்தார். அவளும் சட்டென திகில் அடைந்தவள் போல் பார்த்தாள். அவர் தீர்மானத்தைச் சாதாரணமாய் சொல்லி விட்டது போலிருந்தது. நிலை கொள்ளாதவர்கள் மாதிரி இருவரும் முகம் பார்ப்பதைத் தவிர்த்து சுவர்களின் வெண்மையைப் பார்த்து ஆராய்ச்சி செய்து கொண்டிருந்தார்கள்.

படை வீரர்கள் கூடியதும் மூடியதுமான நிலையில் குதிரைக்கு மதிப்பு அதிகம். படை வீரர்கள் குறைவாக இருந்து திறந்த நிலை காணப்படும்போது மந்திரிக்கு கூடுதல் மதிப்பு வருவது பற்றி அவள் யோசித்துக் கொண்டிருந்தாள். அவர் யோசிப்பைத் தாண்டி வெறுமைக்குப் போய் விட்ட மாதிரி முகம் வெளுக்க உட்கார்ந்திருந்தார்.

அருட்செல்வம் மிகவும் சிரமப்பட்டுதான் அப்படியானத் திருமணத்திற்கு ஒத்துக் கொண்டிருந்தார். வேறு வகையில் முடியாதா என்று ஓராயிரம் தடவை மனதில் கேட்டுக் கொண்டார். குழப்பமாகவே இருந்தது. வேறு வழியில்லாமல் ஒத்துக் கொண்டது போலிருந்தது. எப்பாவது நடக்கப்போகும் திருமண எல்லை அது. இது போல்தான் ஏதாவது எல்லைக்குப் போய் நடக்கப்போகிறது அந்த எல்லை இதுதானோ என்ற கடைசி என்பது போன்ற நினைப்பும் வந்தது.

வடவள்ளி குலதெய்வம் கோவிலில் கல்யாணம் வைக்க வேண்டும் என்று முடிவாகிவிட்டது. கொஞ்சம் தமிழ்முறைப்படி திருமணம் தமிழ் மந்திரங்கள். அதிக சடங்குகள் இல்லாதத் திருமணம் என்றே கடைசியாய் சமரசம் செய்து கொள்வது என்று முடிவு செய்திருந்தார்.

எங்காவது திருமணம் வைத்துக் கொண்டு மாலையில் வெகு சிறப்பாக வரவேற்பு வைத்துக் கொண்டால் நல்லது என்று நினைத்திருந்தார். பூணூல் மாட்டிக் கொள்வது, சடங்குகள் செய்வது ஆகியவற்றை கொஞ்சம் தவிர்த்துவிட எண்ணியிருந்தார். எதுவும் அவர் நினைத்தது மாதிரி நடக்கவில்லை. அவர் பெயரை கருணாநிதி என்பதை அருட்செல்வம் என்று மாற்றகூட அவர் சிரமப்பட வேண்டியிருந்தது. அவர் அப்பா இருந்த காலம். அப்பாவைத் தாண்டி வந்து, ஏகதேசம் குதித்துதான் அந்த மாற்றத்தைச் செய்திருந்தார்.

கொஞ்சம் முற்போக்காய் யாராவது மாப்பிள்ளை வீடு அமைந்து விட்டால் நன்றாக இருக்கும் என்று ஏக்கமாய் நினைத்திருக்கிறார் பல வருடங்களாய். சுபாவிற்குப் பெண் தேட ஆரம்பித்த இரண்டு வருடங்களில் அவரின் வைராக்யமெல்லாம் வெயிலில் பரிதவிக்கும் சிறு பூச்சி போல் சிதறிவிட்டது. அவரின் விருப்பப்படி எதுவும் நடக்கவில்லை. இம்மியளவு கூட கல் நகரவில்லை. நிலைத்துவிட்ட தரையில் வேர்கள் பிடித்துக் கொண்ட கல்லாக இருந்தது.

“மொதல் பொண்ணெ காதல் கல்யாணமுன்னு பறி குடுத்தாச்சு. இதுவாச்சும் குடும்ப கவுரவத்துக்கு ஏத்தபடி சொந்தக்காரங்க

மனசு நோகாதபடி அமையணும். இல்லீன்னா சொந்தம் விலகிப் போயிரும்”

எதற்கும் ஆறுதலுக்கென்று கூட வராதவர்கள் இந்தத் தீர்மானத்தைத் திரும்பத்திரும்பச் சொல்லிக்கொண்டிருந்தார்கள். தீர்மானத்தில் அவரை நிற்கும்படி ஆளாக்கி விட்டது தனக்குள் நிகழ்ந்த பெரும் சரிவு என்று சொல்லிக்கொண்டார். உடலை உலுக்கிவிட்டுப்போகும் இருதயவலி போல் என்பது ஞாபகம் வந்து போகும்.

சரி என்று ஒத்துக் கொண்டு விலகி இருந்தார். ஜாதகம் எங்கே என்று கேட்க ஆரம்பித்து விட்டார்கள். பிறந்த தேதி போட்டு கனிணியில் 25 ரூபாயில் ஜாதகம் கிடைத்துவிட்டது. பெரியண்ணன் காதும் காதும் வைத்தமாதிரி

“அதெல்லாம் வேண்டாம். நல்ல ஜோசியகாரர்கிட்ட குடுத்து எழுதிக்கறேன்” என்று கிளம்பி விட்டார்.

தேவைப்படுகிற மாதிரி எழுதிக் கொள்வதற்கான சவுகரியங்கள் இருப்பதைச் சொல்லிக்கொண்டார். அப்படி வாழ்ந்து பேர் சொல்லும் உறவினர் கூட்டங்களையெல்லாம் சொன்னார். “செகடந்தாளி முருகேசன் வூட்லே என்ன நடந்தது...”

அவர் ஜாதகம் கிடைத்த கையோடு சொந்த சாதியின் கல்யாண மாலையிலும் பதிவு செய்து விட்டார். ராகு கேது தோசம் இருந்தது. “அது மாதிரிதா அமையணும். இல்லீன்னா வர்றவங்க உசுருக்கு ஆபத்து. மாங்கலயம் நிலைக்காது”

மாங்கல்யம், நிலையாமை என்பது பற்றியெல்லாம் நினைக்கையில் உடம்பு சாதாரணமாகவே தளரும்.

சோர்வு வந்து விடும் அவருக்கு.

பெண்ணின் திருமண ஏற்பாடுகள் பற்றி கேட்கிறவர்களிடம் அது தன் கையில் இல்லை என்பதாய் சொல்லிக் கொண்டார் அருட்செல்வம். தன் எல்லையை மீறி குடும்பம், பெரியவர்கள், குடும்பக் கட்டுக்கோப்பு எல்லாம் அதை எடுத்துக் கொண்டதில்

அவருக்கு வருத்தம் அதிகமானது. இப்படி எத்தனை தோல்விகளை இனி சந்திக்க வேண்டியிருக்குமோ. சமரசம் தற்கொலை மாதிரிதானா. இனி நிறைய சமரசங்கள் செய்ய வேண்டியிருக்குமா..

"மொதல் பொண்ணு கல்யாணம் சாதி மறுப்பு. அது பெரிய தோல்விதான். அதனாலே என்னெ தலையிட வேண்டாமுன்னு சொல்லிட்டாங்க" என்றும் உண்மையைச் சொல்லி வைத்தார். தோசம், சடங்குகள் என்று பேச்சு அடிபடுகிற போதெல்லாம் கண்களை மூடிக் கொண்டார். காதுகளைப் பொத்திக் கொண்டார். வாயையையும் மூடிக் கொண்டார். காந்திய வாதியானார். மற்ற சமயங்களில் காந்தியத்திற்கு எதிராக இருப்பவர் ஆனால் வேறு வழியில்லாமல் காந்தியின் மூன்று பொம்மைகளை மனதில் இருத்திக் கொண்டார். அதில் கொஞ்சம் சுகம் இருந்தது.

"இது தோற்கறவர்களின் ஆட்டமா"

"என்ன"

"இந்த சதுரங்கம்"

"நீங்க நேரிடையா செஸ்சைப்பத்திக் கேக்கறீங்களா"

"எப்படி வேண்ணா வெச்சுக்கலாம்"

"நீங்கதானே இது ஜெயிக்கிறவங்க ஆட்டம்ன்னு சொல்லிகிட்டிருப்பீங்க"

தோற்போ ஜெயிப்போ அதில் தன் பெயர் பொறிக்கப்பட வேண்டும் என்று அவர் நினைத்திருக்கிறார். சாம்பியன்சிப்பைப் பெறுவது என்பதெல்லாம் அவருக்கு ஆசை இருந்ததில்லை. பல்வேறு நகர்வுகளைப் புதிதாய் கண்டவர்கள் என்ற பெயர்ப் பட்டியலில் அவரது பெயர் வர வேண்டும் என்று ஆசைப்பட்டிருக்கிறார். போடென் மேட், லஸ்கர் பாத் என்பதெல்லாம் அவருக்குப் பிடித்திருக்கின்றன. அவர்கள் புதிய நகர்வுகளுடன் தங்கள் பெயர்களைப் பதித்தவர்கள்.

ரேட்டிங் ஆயிரத்திற்கும் மேல் இருந்தவர்களுடனே அவர் ஆட ஆரம்பிப்பார். காம்பினேசன், செக்மேட் என்பதெல்லாம் அவருள் எப்போதும் ஓடிக் கொண்டே இருக்கும். புதிய நகர்வுகள், புதிய அனுபவங்கள் என்று நினைப்பார். ஆனால் இந்த புதிய நகர்வுகள் அவரை இம்சித்தன. மூச்சு விடுதலை இன்னும் சிரமமாக்கின.

சுபா கந்த புராணம் படித்துக் கொண்டிருக்கிறாள் நான்கு நாட்களாய். அவருக்கு அதைப் பார்க்கும் போதெல்லாம் நிலைகொள்ளவில்லை. உடம்பு பரபரப்பாக்கி விடுகிறது. ஏதோ மருந்தில்லாத வியாதி வந்தது போலாகி விடுகிறது. அதைக் கட்டிலுக்கடியில் ஒழிந்துபோகக் கடவது என்று ஒதுக்கி வைத்தார், அது கண்ணில் படாமல் அவ்வளவுதான் செய்ய முடியும். கர்ப்ப காலத்தில் அவளை கந்த புராணம் படிக்கச் சொல்லி யார் சொல்லி இருப்பர்களோ. அது என்ன லாபமெல்லாம் தரும் என்று சொல்லியிருப்பார்கள்.

“என்ன படிக்கறதுன்னு நான் தீர்மானம் பண்ணக்கூடாதா” என்றும் அவரை முறைத்தபடி சொன்னாள். இந்த முறைத்ததில் வேறொருவனின் மனைவி என்ற அடையாளமும் இருந்தது.

பேருந்து நிலையத்திலிருந்து வீடு வரும் போதுதான் ஒருநாள் தன் கர்ப்பம் பற்றிச் சொன்னாள். முன்பே கிரிஜாவிடம் சொல்லியிருப்பாளா. வீட்டிற்குப் போன பின் சொல்லிவிடுவாளா. எப்படியும் கிரிஜாவிற்குத் தெரிந்திருந்தால் அவள் சொல்லியிருப்பாள். இதற்குக்கூட ஜாதகம் பார்த்து நல்ல நேரம் பார்த்து, யாரிடம் முதலில் சொல்வது என்ற மங்கலத்தன்மை பார்த்து சொல்கிறாளா என்றிருந்தது.

அவள் வேலைக்குப் போகும்போதும், மாலை அலுவலகம் விட்டதும் பேருந்து நிறுத்தத்திற்கு வரும்படி சொல்லிருந்தாள். பேருந்து நிறுத்தத்திலிருந்து வீடு முக்கால் பர்லாங் இருந்தது.

“கூப்புட வருவது தேவையா” என்றும் கேட்டுவிட்ட ஒருமுறை முறைத்தாள்.

"விஆரெஸ் வாங்கிட்டு என்ன பண்றீங்க. சும்மாதானே இருக்கீங்க" சும்மா என்ற வார்த்தை அவரை இம்சித்தது. ரொம்பவும் இம்சைப்பட வேண்டாம் என்று தினமும் மாலை, இரவுகளில் சுபாவைக் கூப்பிட்டு வர ஆஜராகி விடுபவராக இருந்தார்.

இரட்டைச் சக்கர வாகனத்தில் உட்கார அவளுக்கு லகுவாகவே இருந்தது. இன்னும் சில மாதங்கள் கழித்து இது அவளுக்குச் சிரமமாகிவிடலாம்.

பரிக்சா சாமி வந்திருந்தார். ராத்திரியின் கோதுமை உப்புமாவே போதும் என்றார். காலை நேரம் என்பதால் கொஞ்சம் சாதமும் போட்டு கட்டாயப்படுத்தினாள் கிரிஜா. அவர் கூச்சத்துடனே சாப்பிட்டு முடித்தார். மனைவி இறந்தபின் எந்தக்கூச்சமும் இல்லாமல் அவர் நல்ல ருசியான சாப்பாட்டைச் சாப்பிட்டிருப்பாரா என்ற சந்தேகம் இருந்தது. பலருக்கும் அம்மாவோடு சமையல் ருசி போய் விட்டிருக்கும். அவருக்கு மனைவியோடு போய் விட்டிருக்குமா.

"23 வருசமா சொல்லித்தந்ததெல்லாம் வீணாப் போச்சு. புருசன் வீட்டுக்கு போயிட்டு திரும்பறப்போ என்ன கொண்டுட்டு வருவாளோன்னு பயந்திட்டிருக்க வேண்டியிருக்கு. போன தரம் கந்தப் புராணத்தோட வந்தா. பகுத்தறிவு, பெரியார், புத்தகங்கள், உலக சினிமான்னும் ஒவ்வொரு பருக்கையா திணிச்சது ஒண்ணும் உள்ளே போகலையா. எல்லாம் வீணாப்போச்சா"

"கேட்கறது அவங்க கடமைன்னு வெறுமனே கேட்டுட்டு இருந்தாங்க போலிருக்கு. இப்போ சொல்றதுக்கு வேற ஆள் வந்தாச்சு. இருபத்தி மூணு வருஷத்தெவிட இனியும் இருக்கற காலம் பெரிசுன்னு முடிவு பண்ணீட்டாங்க போல"

"துளி துளி ரத்தமா சொன்னதெல்லா ஒடம்புலே ஊறியிருக்கும்ன்னு நெனச்சா கதையே வேற மாதியில்லே இருக்குது..."

"எல்லா வீட்லியும் இதே பிரச்னைதான்"

பரிக்சா சாமி மனைவியை இழந்தவர். பையன் காணாமல் போய் விட்டான். காணாமல் என்றால் நகரின் வேறு

பகுதியில் வாழ்கிறான். அவரைப் பார்ப்பதில்லை. பார்ப்பதைத் தவிர்க்கிறான். அவரையும், அவர் மகள் குடும்பத்தையும் சந்திக்க விரும்பாதவன் மாதிரி வேறு பகுதியில் இருக்கிறான். அவர் நண்பர்களிடம் மட்டுமே பகுத்தறிவு, இலக்கியம் என்றெல்லாம் பேசுவார். மற்றபடி சாதாரண மனிதனாக உலவ அவருக்குச் சாதகங்கள் இருந்தன. அதையும் வேதனையுடன் சாதாரணமாக சொல்லிக் கொள்வார். அந்த சாதாரணம் தனக்கும் வந்து விடக்கூடாது என்ற பயம் இருந்து கொண்டே இருந்த்து.

* * *

“இனி உன்னோட ஆட முடியுமுன்னு தோணலே சுபா”

“ஏன் அப்பிடி சொல்றீங்க அப்பா”

“இனி முடியாதுன்னு தோணுது. மனசு ரொம்பவும் பலவீனமா யிருச்சு. கந்தபுராணத்துக்குள்ளே அடைக்கலமாகறவங்கிட்டே ஒத்துப் போகமுடியுமுன்னு தோணலே ”

“ஊர் உலகத்திலே எத்தனையோ பேரோட ஒத்துப்போறீங்க. இங்க வீட்லே முடியாதா”

“வீட்லே எதை எதையோ சொல்லி வளர்த்தேன். பிரயோசன மில்லைன்னு தோணுது. அதுதா ஒத்துப் போக முடியும்ன்னு தோணலே. ஒரு எதிர்ப்பாவாவது இதைச் செய்யணும்ன்னு தோணுது. இதைச் சொல்லக்கூட வேண்டியதில்லை. டக்குன்னு எந்திரிச்சு போயிர்லாம். ஆனா விளக்கம்ன்னு சொல்லிட்டுப்போறது உனக்கு குழப்பமில்லாமெப் போகும் பாரு.. அதுக்குத்தா”

கிரிஜா குறுகிட்டாள். “அவளுக்குப் பொறக்கற பையன் உங்க கூட உக்கார்ந்து செஸ் ஆடுவான். நீங்க சொல்றதேக் கேப்பான்”

ஆறுதல்மொழி கேட்பதே அபூர்வம். கிரிஜா ஆறுதலாய் சொல்லிக் கொண்டிருந்தாள். ஆறுதலுக்காகவே அப்படி சொல்கிறாள் என்றிருந்தது.

மூன்று நதிகள்

பிறக்கப் போகும் அவனுக்காக செஸ் போட்டை பத்திரப்படுத்தலாமா என்பது பற்றி நினைத்தார். அவன் ரேட்டிங் ஆயிரம் என்பதைக் கடக்கையில் அவன் முன் உட்காரலாம் என்று இப்போதே நிபந்தனை போட்டுக் கொண்டார்.

உயிர்மை

நினைவிலாடும் சுடர்

அவளின் உடம்பு ஒன்றை அடிக்குள் சிறுத்து விட்டது. ரொம்பவும் சவுகரியம் என்பது போல் இருந்தது. மூச்சைப் பிடித்துக் கொண்டு எங்காவது கொஞ்சம் எம்பி விட்டால் போதும் விறுவிறுவென்று நகர்ந்து போய் விட்டது. தரையில் எவ்வித சிரமமும் இல்லை. சட்டென உருண்டு போய் தேவையான இடத்தில் நின்று விடுகிறது. மாடிப்படிகளில் உருண்டு போய் நின்று கொள்கிறது. இன்னும் கொஞ்சம் குதித்துப் போவதற்கு ஆயத்தம் செய்து விட்டால் போதும் எல்லாம் சுலபமாகிவிடும். நகர்தல் இயல்பாகி விடும். இயல்பு என்பதை விட சுலபமாகிவிடும்.

அப்போதைய கனவில் இரண்டு கைகளும் முழங்கைகளுக்கு மேல் துண்டிக்கப்பட்டு மொழுமொழுவென்றிருந்தன. கால்களும் அப்படித்தான். முழங்கால்களுக்கு மேல் வெட்டப்பட்டு மொழுமொழுவென்றிருந்தன. தஞ்சாவூர் பொம்மை போல் நின்று கொள்ள முடிந்திருக்கிறது. யாராவது மேசைப் பொருளாக்கி விடுவார்களா... தலை மட்டும் மேசையில் அடிபட்டு ரத்தம் சொரியாமல் இருந்தால் சரி. எல்லாம் சரியாகத்தான் இருக்கும்.

அவளின் கழுத்துப்பகுதி கசகசவென்றாகி விட்டது. ரவிக்கை அக்குளுக்குள் நீரைப்பீச்சி விட்டது போலாகிவிட்டது. வியர்வை எங்குமாய் பெருக்கெடுத்துப் போய் உடம்பை நனைத்து விட்டது. வியர்வை நசநசப்புடன் இப்படியே படுத்துக் கொண்டிருக்க முடியாது என்பது போல் இருந்தது. மங்கலான வெளிச்சம் சுவரிலிருந்த கடிகாரத்தில் இரண்டு மணி ஆகியிருப்பதைக் காட்டியது. வயிறு சற்றே வலியை வெளித்தள்ளி அறைக்கு வெளியே போக எத்தனித்தது. இந்த நேரத்தில் விளக்கைப் போட்டு விட்டு வெளியே நகர்ந்து கழிப்பறைக்குப் போக முடியாது. மற்ற வீடுகளிலெல்லாம் ஒரு வகை முணுமுணுப்பு கிளம்பி விடும். தாக்குப் பிடிக்கும் வரைக்கும் வியர்வையில் நனைந்தபடி கிடக்கலாம் என நினைத்தாள்.

உடம்பு அசைந்து ஒருவித வலியைக் கொண்டுவந்தது. முழங்கைக்குக் கீழ் வெட்டப்பட்டு மொழுமொழுவென்று தோளிலிருந்து இறங்கியது ஒரு கை. இன்னொரு கையையும் பார்த்துக் கொண்டாள். அது ரொம்ப நீளத்திற்கு விரிந்து கிடப்பது போலிருந்தது.

வியர்வை விரிந்து கிடந்த கையின் சுண்டு விரலையும் தொட்டுவிட்டது. சுவரில் சாய்ந்து கொண்டாள். இப்போதைய ஆசுவாசம் சாய்ந்து உட்கார சுவர்தான் என்பது தெரிந்தது. சுவரைப்போல இன்னும் கொஞ்சம் மனிதர்கள் ஆசுவாசம் கொள்ளச் செய்ய இருப்பது அவளுக்கு ஞாபகம் வந்தது. ஆசுவாசப்படுத்துவது போல் கனவு வந்து ரொம்ப நாளாகி விட்டது ஞாபகம் வந்தது.

கால்கள் கனத்து அவளை பிணம் போல் கிடக்கச் செய்தது.

பாதித் தூக்கத்தில் இருப்பவளை எழுப்பிவிட்டால் முழிப்பது போல் அவள் கண்களைத் திருதிருவென்று உருட்டிக் கொண்டாள். முத்துலட்சுமிக்கு அறைகுறையாய் உருவம் தெரிந்தது.

“எதுக்குதொளசி என்னை எழுப்புனே”

“ஷிப்ட்டுன்னு ஆள் கொறையுதுன்னு உன்னெ சூப்பர்வைசர்

கூட்டிட்டு வரச் சொன்னார்”

“ஒடம்பெல்லா ஒரே வலியா இருக்குது. தூங்கவிடு துளசி”

“இல்லடி, நீயில்லாம நான் போக முடியாது. வந்துரு. ஷிப்டுக்கு ஆள் இல்லெ. நான் தனியா போயி நின்னா சூப்பர்வைசர் வைவான். அப்புறம் இன்னொருத்தரை அனுப்பி வைப்பான்”

“அனுப்பிவைக்கச் சொல்லு போடி”

“வெளையாடாதடி முத்து, மரியாதையா வந்துரு. இல்லன்னா சூப்பர்வைசரே வந்துருவான்”

முத்துலட்சுமி திடுமென எழுந்து கொண்டாள். தலை மயிர் விரிந்து தாறுமாறாய்த் தலையிலிருந்து கீழிறங்கியது. மரத்தின் வெட்டப்பட்டக் கிளைகள் போல் நின்றது. அறையின் குறைந்த வெளிச்சத்திலும் துளசியின் கண்கள் தீக்கங்கு போன்று மிளிர்ந்தன. தூக்கமில்லாத கலக்கமான கண்கள் சிவந்து போயிருப்பது தெரிந்தது.

“செரி வந்துதா தீரணும்ங்கறே”

“வேற யார் வுடுவாங்க. வாடி என்னமோ முடியற வரைக்கும் பண்ணு. எனக்கே லீவு தர மாட்டேன்னுட்டானுக. பிரியட் தள்ளிப் போறதுக்கு மாத்திரை போட்டுட்டு வேலை செய். வேலைக்கு ஆள் இல்லைங்கறான் சூப்பர்வைசர்.”

“ஓ... அந்தளவுக்கு ஆயிப் போச்சா”

“பிரியட் தள்ளிப் போறதுக்கு மாத்திரையென்ன, கர்ப்பம் கலச்சுக்கோன்னு கூட மாத்திரை கூட குடுத்திருவாங்க. செரி எந்திரி”

“வர்றம் போடி”

“கையோட கூட்டிட்டு வான்னு உத்தரவு”

விரிந்து கிடந்த புத்தகத்தை எடுத்து தலையணைக்கு அடியில்

வைத்தாள் துளசி.

"புக்கெல்லாம் பாத்தா எறிஞ்சு எறிஞ்சு வெளசுவான் அந்த சூப்பர்வைசர் வாஞ்சிநாதன்"

"அவனா காசு கொடுத்து வாங்கிக் கொடுத்தான்"

"படிச்சு என்ன பண்ணப் போறெ.... மூனு வருசம் கழிச்சமா முப்பதாயிரம் கிடச்சுதான்னு போயிட்டே இருக்க வேண்டியதுதா..."

"பொழுதுபோக படிக்கறதுதா"

"பொழுது எங்க இருக்குது. போக்கறதுக்கு"

"என்னமோ புது மில்லுக்கு யார் யார் போகப் போறீங்க. அங்க லைப்ரரி இருக்கு, நீச்சல் குளம் இருக்குன்னு முதலாளி பொங்கல் விழாவப்போ மைக்ல கேட்டார்"

"மைக்கில் கேப்பாங்க... செரி நட..."

முத்துலட்சுமிக்கு பஞ்சாலையில் பிரமாண்டம் ரொம்பவும் பிடித்துப் போயிருந்தது. அழகான நாற்பது வயதுப் பெண்களை கைகால்களை அகற்றி வைத்துக் கொண்டு உட்கார வைத்த மாதிரி விசாலமான கட்டிடம். உள்ளே நுழைந்து விட்டால் வெவ்வேறு நிறங்களே திக்கு முக்காட வைப்பது போல் வர்ண மயமான அறைகள். ஸ்பின்னிங் செக்சனில் ஒரு பர்லாங் தூரத்திற்கு ஒரே ஹால். சளசளவென்று நீர் ஓடுவது போல் மிசின்கள் ஓடும் சப்தம். முதல் பார்வையில் எல்லாம் பிடித்திருந்தன முத்துலட்சுமிக்கு.

பஞ்சு குடோனிலிருந்து வருபவற்றை இறக்கி வைக்கிற வேலையில் வந்தவுடன் இருந்தாள் முத்துலட்சுமி. "யானைகளா இருக்கணும். ராட்சதர்களா இருக்கணும், அதுதா செரி" என்று மிசின் ரூமிற்கு மாறினாள். பஞ்சை அள்ளிப் போட்டு சலித்த கைகள் கோன் எடுத்துப் போட்டுக் கொண்டு தள்ளு வண்டியை நகர்த்தின. கோன் வைண்டிங்களை எடுத்துப் போட்டுப் போகையில்

கொஞ்சம் கணக்கு தெரிந்திருக்க வேண்டியிருந்தது. எடுத்தது எவ்வளவு, ஓடாமல் நின்றது எவ்வளவு என்ற வகையில் மனக் கணக்குதான் அது. ஸ்பின்னிங் ஓடுவதை சிறு பிள்ளை போல் பார்த்துக் கொள்வாள். அதன் வேகம் அவளுக்குப் பிடித்திருந்தது. மிசின்களைத் துடைத்துவிட்டு நிற்கிற சமயங்களில், ஸ்பின்டில் ஓடுவதைப் பார்த்துக்கொண்டேயிருப்பாள். துளசி முகத்தில் முகமூடி போட்டுக் கொள்வாள். நான்கு நாளைக்கொருதரம் அதைத் துவைத்தும் கொள்வாள். முத்துலட்சுமிக்கு அதில் அலட்சியம் இருந்தது. கையுறைகளையும் அபூர்வமாகத்தான் அவள் போட்டுக்கொள்வாள்.

"எனக்கு எளப்பு சீக்கு இருக்குது, அதுதா முகமூடி போட்டுக்கறேன்"

"எங்களுக்கும் இல்லாட்டியும் வந்துரும்"

"அதுவும் தெரியும். தெரிஞ்சுதா சும்மா இருக்கறம்"

"விரக்தியா"

"ஒரு வகை குருட்டு தைரியம், என்ன பண்ணப் போகுதுன்னு"

அலட்சியமாய் இருந்ததால் கருத்தம்பட்டி மில்லில் ஒரு விபத்து நடந்தது. சுடிதார், ஸ்பின்னிங் மிசினில் பட்டு ஒரு பெண்ணை மிசினுக்குள் சுருட்டிக் கொண்டுவிட்டது. உடம்பு அடிபட்டு சகங்கிப்போன கரும்பாய் அந்தப் பெண் விழுந்து செத்துப்போனாள். சேலை இன்னும் மோசம். கொஞ்சம் அசந்தால் எங்காவது மாட்டிக் கொள்ளும்.

காலி பஞ்சு டிரம்மை உருட்டிக் கொண்டு போவது அவளுக்கு ரொம்பவும் பிடிக்கும். பிளாஸ்டிக் டிரம் எழுப்பும் சப்தம் குடத்துக்குள் சிறு கல் உருள்வது போலிருக்கும். கடகடவென ஏதாவது சப்தத்தை வாயினுள் உண்டாக்கிக் கொள்வது அவளுக்குப் பிடிக்கும்.

"என்ன ரீ ரிகார்டிங்கா"

"டிரம்முக்குள்ள படுத்துக்கறன். இப்பிடியே டிரம்மை உருட்டி

மூன்று நதிகள்

ஹாஸ்டலுக்கு கொண்டு போயிப் படுக்க வைச்சிடு" என்று சைலஜா ஒரு தரம் கேட்டாள்.

"டிரம்க்குள்ள பொணமாப் பண்ணிக் கூடப் போட்டிருவாங்க. ஆள் தெரியாம டிரம் பொணம் எத்தனை தரம் டவுன்ல கெடந்த கதை தெரியாதா?"

பனிரெண்டு மணிநேரம் அலுத்துப் போனதென்று அப்போதுதான் தூங்கப் போயிருந்தாள் முத்துலட்சுமி. ஆனால் எழுப்பிக் கொண்டு வந்து நிறுத்தி விட்டார்கள். கை, காலை மிசினுக்குள் விட்டு உடம்பை சிரமமாக்கிக் கொள்ளலாமா, அப்படியாவது ஓய்வு கெடைக்குமா, தலை சுற்றுவது போலிருந்தது. இப்படி தலை சுற்றினால் பிளட் பிரசர் என்று பெனாசிர் அக்கா சொல்வாளே. டென்சன், பரபரப்பு என்று இருந்தால்தான் பி.பி. வருமா, எனக்கெல்லாம் எப்படி வந்தது. இது வேறு வகை தலைசுற்றலாகவும் இருக்கும். உடம்பின் எந்தக் குறை தலையைச் சுற்ற வைக்கிறது. எங்காவது வைக்கும் வேட்டு உடம்பை அதிரச் செய்துவிடுமே.

உடம்பைக் காப்பாற்றிக் கொள்ள வேண்டும் என்பது மனதிலிருந்தது.

"எதுக்குடி தொளசி உடம்பைக் காப்பாத்திக்கணும்"

"எவனுக்காச்சும் குடுக்குறதுக்குத்தா"

"அவனுக்குப் பிரயோஜனம் ஆகுமான்னு தெரியுமா, என்ன நோயோட போகப் போறம்கறது யாருக்குத் தெரியும்"

"தாலிக்குத் தங்கம் வேண்டாமா, கழுத்துக்கு மஞ்சள் கயிறு வேண்டாமா"

"கழுத்துக்கு வேற கயிறு வராமெ இருந்தா செரி"

மூன்று வருடம் கழிந்து விட்டால் போதும், மிலிட்டரி சித்தப்பா சரவணனிடம் கொண்டு போய்க் காசைக் கொடுத்துவிடலாம். அவர் ஜாக்கிரதையாக வைத்துக் கொள்வார். கல்யாணத்திற்கு

பத்திரப்படுத்திக் கொள்வார்.

"நீ உங்கப்பனெ நம்பாமெப் போனது சரிதான்னு தோணுது. அவன் கூடயோ இருக்குறதுன்னு தெல்லவாரியா இருக்கான். உனக்கு மில்லுல போயி இருக்கறது பாதுகாப்புக்கு பாதுகாப்பு. அப்புறம் சம்பளத்துக்கு சம்பளம். கல்யாணத்துக்குன்னு காசு மிச்சம் பண்ணிக்குவே. அங்க காடு கரை வெள்ளாமைன்னு இருந்தா காசு சேக்க முடியாது. தாலிக்கு தங்கம் கூட வாங்க முடியாது" என்று சரவணன் அவள் தீபாவளி விடுமுறைக்குச் சென்ற போது சொல்லியிருந்தார்.

"யாராச்சும் கெடச்சா பாத்து வையுங்க மருமகனே"

"பாத்து வெச்சு என்ன பண்றது. மூணு வருசம் கழிச்சு முப்பதாயிரத்தோட வந்தா ரெடியா ஆரம்பிர்லாம்"

"அப்ப ஏதாச்சும் வாய்க்கிக்கலின்னா"

"மறுபடியும் போயி மூணு வருச காண்டிராக்ட்குள்ள போயிட வேண்டியதுதா. பட்டிக்காட்லெ உக்காந்துட்டு என்ன பண்ணப் போற"

எளச்சிபாளையத்தில் அப்படித்தான் மூன்று வருடம் கழித்துவிட்டு, காதரின் வந்திருந்தாள். அவள் அப்பா மீண்டும் துரத்தி விட்டார்.

"மறுபடியும் போயி வேலை செய்"

"எம் பணத்தை நீ பத்திரமா வெச்சிருப்பியாப்பா"

"வெச்சிருப்பன்"

"கர்த்தர் சொல்லுக்கு எதிரா குடிக்கிற நீ எப்படிப்பா சொல்ற வார்த்தைய கடைபிடிப்பே"

"எல்லாம் கர்த்தர் அருள்தா மகளே"

"எனக்கு நேரம் காலம் தெரியாமெ வேலை செஞ்சு வந்துருக்கற வயித்துவலிக்கு நிவாரணம் கெடைக்கலே. மறுபடியும் போகச் சொல்றீங்க."

மறுபடியும் மில்லுக்குப் போன காதரின் வயிற்று வலி அதிகமான காரணத்தால் மிசின் ஆயில் குடித்து ஆயுளை முடித்துக் கொண்டாள். வீட்டிற்குச் செல்ல அவளுக்கு அனுமதி கிடைக்கவில்லை என்பதுதான் அவளின் இறுதி வார்த்தையாக இருந்தது.

“கொஞ்சம் ரெஸ்ட், மாதா கோயிலுக்கு போறதுக்கு நேரம், ஒரு தரம் வேளாங்கண்ணிக்குப் போய் நேர்ச்சை பண்ணனும். எல்லாம் அமஞ்சிரும்” என்று சொல்லிக் கொண்டிருந்தாள். எதுவுமில்லாமல் போயிற்று.

முத்துலட்சுமி வெள்ளிக்கிழமைகளில் மில்லின் உள் இருக்கும் பிள்ளையார் கோவிலுக்குப்போக தவறமாட்டாள். ஆர்க்கெஸ்டிரா, பிரார்த்தனை என்று மேடை போட்டு அமர்க்களமாய்ப் பிள்ளையார் கோவில் சலசலக்கும். மில்லில் ஏதாவது குறை தென்படுவதைச் சொல்லும்போது சங்கராம் பாளையம் பாலு சொல்வான்

“கோயில் கட்டிக் குடுத்த மகராசன் வேறெ தப்பாவெல்லா செய்வாரா... விதி... அவங்க விதியை நெனச்சுப் பாத்துக்கணும். வாய் இருக்குதுன்னு ஒளறக் கூடாது”

“சங்கம் வெக்கறது. உரிமைன்னு போராடுறதெ அவ அப்பிடி சொல்றா”

முத்துலட்சுமிக்கு வயிற்றில் சுரீரென்று வலி ஆரம்பித்தது. வயிறு சுருங்கிக் கொண்டு பிச்சைப் பாத்திர ஓடாகி விடும் போலிருந்தது. உடம்பைச் சுருக்கிக் கொண்டு பற்களைக் கடித்தாள். சுவரில் சாய்ந்து கொண்டு மெல்ல சரிந்தாள்.

அவளின் கை நழுவிப் போன சின்னக் கோன் ஒன்று டமடமவென்று பெருத்த சப்தமெழுப்பி டிரம் பக்கம் சென்றது.

“நீதா புஸ்தகமெல்லா படிக்கற ஆள்தானே, எனக்கு ஒரு லெட்டர் எழுதித் தாயேன்”

“புஸ்தகம் படிச்சா நல்லா லெட்டர் எழுதுவென்னு அர்த்தமா”

“சாதாரண லெட்டர்தானே”

“செரி... எழுதித் தர்றன். பேப்பர் வேணுமே.”

“பேப்பர் கூடக் கெடைக்காதா”

“எங்க கெடைக்கும். யார் வெச்சிருக்கா, அட்டன்ன்ஸ் ரெஜிஸ்டர்ல வேண்ணா கிழிச்சிக்கலாம்”

“ஒருநாள் சம்பளம் போயிரும்”

“அப்புறம் எவ பேப்பர் எல்லாம் வெச்சிருக்கா, சாப்பிடு, தூங்கு. தூக்கத்தில் எந்திரிச்சு வேலைக்குப்போ. தைரியமா நின்னு வேலை செய். இல்லீன்னா கீழே மயக்கம் போட்டு விழு. விதி வந்தா செத்துப் போ.”

“எல்லாரும் சொல்றதுதா. நாலு வரி ரத்த உறவுன்னு எழுதிப் போட்டா சந்தோசந்தானே”

“செரி எழுதிர்லாம். என்ன எழுத”

“எதையாச்சும் எழுதலாம்”

“பேப்பர் கெடச்சு எழுதுனாலும் கவர் கிடைக்குமா. கவர் கெடச்சாலும் எங்க கொண்டு போயி போஸ்ட் பண்ணுவே.”

“போஸ்ட் மேன் வரமாட்டானா”

“லெட்டர்ன்னு கொண்டு போயி வெச்சா பிரிச்சு படிக்காமெ போஸ்ட்மேன் கிட்டக் குடுத்திருவாங்களா”

“அப்ப பார்வையில இருந்து தப்ப முடியாமெ கடுதாசி போய் சேராதா”

“நீ வுடுற பெருமூச்சு கூட போயி சேராது. செரி என்னத்தை எழுதச் சொல்றே”

“ஆளு வேணுமுன்னா தூங்க வுடாமெ எழுப்பி கூட்டிட்டு வர்றது. புரடக்சன் வேணுமின்னா மென்சஸ் பிரியட் அப்போ

யாரும் ஹாஸ்டல்லே உக்காந்துட கூடாதுன்னு மாத்திரையை போடச் சொல்றது."

"சூப்பர்வைசர் பண்ற கூத்து. வேன் டிரைவர் வேலைக்குன்னு வண்டியில கூட்டிட்டுப் போயி வண்டி ரப்பேர்ன்னு சொல்லி பண்ற சில்மிசம்"

"இதெல்லா கதைக்குத் தீனி போடும்"

"எழுத வேண்டாமா"

"யாருக்கு அந்த லெட்டர் போய் சேருங்கறே"

"போகவே போகாதுங்கறியா"

"போகாது"

"பொங்கல், தீபாவளின்னு கூட லீவு இல்லெ. ஆர்க்கெஸ்டிரா, கேசரி, வடை பாயசம்ன்னு போட்டு இங்கயே இருக்க வெச்சர்ராங்க. வெளிய போனாக்கூட நாலு பேருக்கு சொல்லலாம். கொடுமைன்னு"

"நீ கொடுமைங்கறே... பள்ளிக் கூடப் படிப்பு முடிஞ்சதும் மில்லுக்குள்ள கொண்டு வந்து தள்ளி விடறதுக்குன்னு பெரிய கூட்டமே இருக்கு"

"என்ன செய்யலாம்"

"மூணு வருசம் முடிச்சிட்டு காசை வாங்கிட்டுப் போயி, எவனையாச்சும் கட்டிட்டு அவன்கிட்ட கெட. அவன் குடிகாரனோ, நேர்மையில்லாதவனோ என்ன செய்யறது"

"ஒரு கடிதாசிக்குக் கூட வழியில்லையா?"

"மனசுக்குள்ளேயே எழுதிக்கோ... எழுதி எழுதிப் போட்டுக்கோ"

"பிபி ஏறாமெ இருக்குமா. என்னதா எழுதி எழுதிப் போட்டாலும் மனசு வெடிச்சிராதா"

"வெடிச்சா மெசின் ஆயில், பாத்ரூம்லே தூக்கெத் தவிர வேற என்ன...."

"செரி, ஒரு கடிதாசிக்குக் கூட வக்கில்லே"

"வக்கேயில்ல"

"தூக்கம் வந்தா தூங்கு, இல்லைன்னா மொகட்டைப் பாத்துட்டு எங்கையோ இருக்கிற ராஜ குமாரனைப் பத்தி கனவு காண்"

"நீ..."

"இருக்கவே இருக்கு. மாச நாவல், கண் அசர வரைக்கும் படிப்பேன், நீ சொல்ற எந்தக் கொடுமையைப் பத்தியும் இதிலில்லே. ஆனா மாமியார் மருமகள்னு உலகமே இருக்கிறதா காட்டறதுதா இதிலை இருக்கு" மரப்பாச்சியை பெனாசிர் வீட்டிலேயே விட்டு விட்டு வந்து விட்டாள். ஆனால் ஏதாவது பொம்மை இருக்கட்டும் என்று சொன்னபோது காதரின் டெடி கரடிக்குட்டி பொம்மை ஒன்றை வாங்கி வந்துத் தந்தாள். பஞ் சால் செய்தது போல் மிருதுவாக இருந்தது அது. மூக்கருகில் கொண்டு வரும் போது கிச்சுமுச்சு மூட்டி தும்மலைக்கிளப்பியது. எதற்கு அப்படி பெயர் வந்தது என்று யோசித்துப் பார்த்தாள், பிடிபடவில்லை. காதரினிடமே கேட்டு விட்டாள்." நானும் கடக்காரன் கிட்ட கேட்டுத் தெரிஞ்சுகிட்டேன். அமெரிக்கா ஜனாதிபதி ஒருத்தரோட செல்லப் பேராமா"

"அந்த செல்லப் பேரை வெச்சது யாரா இருக்கும்"

"பொண்டாட்டியா, காதலிகளான்னு கேட்கறியா"

"ஆமா"

"காதலி யாரோ ஒருத்தின்னு வெச்சுக்கோயேன்... கிளுகிளுப்பா இருக்கட்டுமே"

அம்மாதான் மரப்பாச்சியை விளையாடக் கொடுத்தவள். டெடிபீர்ரெல்லாம் அவளுக்குத் தெரியாமலேயே செத்துப் போனாள். முத்துலட்சுமிக்கு கண்களில் இருந்த பழுப்பு

மூன்று நதிகள்

நிறம் அவளை உறுத்தவே செய்தது. வேறு நிறமாக கண்கள் மாறாவிட்டால் எந்தவகைச் சிரமத்திற்கு ஆளாவாள் என்பது அவளுக்கு விபரீதமான கற்பனையாகவே இருந்திருக்கிறது. நல்ல வேளை வளர்ந்து பெரியவளாகிற போது மற்றவர்களைப் போலவே கண்கள் திரண்டு விட்டன என்பது அம்மாவிற்கு ஆறுதலாகவே அமைந்தது. அவள் சின்ன வயதில் அழுகிற போதெல்லாம் கண்ணு இப்பிடி இருக்குதுன்னு அழறியா என்று கேட்டிருக்கிறாள். இந்தக் கைதானே எனக்குச் சோறு போடும் என்று நீவியிருக்கிறாள்.

ஆனால் நின்று வேலை செய்து கால் வலி குறையவில்லை. ஏதாவது எண்ணெய் எடுத்து தடவி நீவி விட்டுக் கொள்ளுவாள். அதிகபட்சமாய் விவிடி தேங்காய் எண்ணெய் கிடைக்கும். லிசி ஆலிவ் ஆயில் வாங்கி வைத்திருக்கிறாள், கலாமணி இந்த வலியால் துவண்டு விழுந்து பற்களை உடைத்துக் கொண்டாள். அவளைப் பார்த்தும் நாளாகிவிட்டது.

கலாமணிக்கு முன் பற்கள் மூன்று பாதி உடைந்த நிலையில் இருக்கிறது. இரவு வேலையில் இருந்து திரும்பும் போது வைண்டிங் செக்ஷனின் முகப்பில் விழுந்து விட்டாள். இரவு நேரம் எல்லோருக்கும் வீடு போகும் அவசரம். காவலாளி துரத்தியிருக்கிறார். அவருக்கும் வீடு போகும் அவசரம்.வேறு இரவுக் காவலாளி வரும் நேரம். பறகள் உடைந்திருப்பது அவளுக்கும் தெரிந்திருக்கிறது. சற்றே ரத்தக்கசிவு.தாவணியில் வாயைத்துடைத்துக்கொண்டு வீட்டிற்கு வந்து விட்டாள்.

வீட்டிற்கு வந்த பிறகு முகம் வீங்கி விட்டது. இரண்டு தினங்கள் காய்ச்சல் வேறு பின்னலாடைத் தொழிற்சாலைக்குப் போகவில்லை. பல் மருத்துவரிடம் போன போது உடைந்த பற்களின் பாகங்கள் வெளியே விழுந்து விட்டதா... இல்லை விழுங்கி விட்டாயா என்று கேட்டிருக்கிறார். பயம் பிடித்துக் கொண்டு உலுக்குகிறது கலாமணியை. அப்படி உடைந்த பற்கள் வயிற்றினுள் போயிருந்தால் என்னவாகியிருக்கும் என்ற பயம் அவளை உலுக்குகிறது. உடம்பை நடுங்கச் செய்கிறது. பெரிசா வயித்த வலின்னு ஏதாச்சும் வந்தா தெரிஞ்சிடும் என்று நம்பிக் கொண்டிருக்கிறாள்.

கலாமணி 10வது வகுப்பு பாதியில் நின்றவள். பாடங்கள் மிகவும் கஷ்டமாக இருந்திருக்கின்றன. தேர்வுபெற முடியும் என்ற சந்தேகம் அவளை உலுக்க பள்ளிக்குப் போகாமல் காய்ச்சல், கால் வலி என்று படுத்துக் கிடந்திருக்கிறாள்.

அப்புறம் அப்பா மோகன்ராஜிடம் சொல்ல அவரும் "செரிதான். இதுக்கு மேலே பொட்டச்சி என்ன படிச்சு ஆகப்போகுது. பனியன் கமபனிக்குப் போ" என்று துரத்தி விட்டிருக்கிறார். அம்மா கட்டிட வேலைக்கு வாரத்தில் மூன்று நாட்கள் செல்வராம். மற்ற நாட்களில் உடம்பு சுகமில்லை என்று படுத்துக்கிடப்பாராம். அவரை மருத்துவமனைக்குக் கூட்டிக் கொண்டுபோக ஆள் கிடைக்காமல் பல நாட்கள் வீட்டில் கிடந்திருக்கிறார்.

"கலாமணி ஏழு மணியானா பனியன் கம்பனிக்குப் போறா. அவரும் எட்டு மணிக்கு அப்பிடியே. அவரு சாயங்காலம் வந்து கூப்புட்டுப் போலாம். ஆனா டாஸ்மாக் போறதுக்குதா செரியா இருக்கு. மூணு நாலு நாள் சொன்னா நாலாம் நாள் போலான்னு வருவார். அஞ்சாம் நாள் என்ன வேலைக்குப் போகலியான்னு தொரத்த ஆரம்பிசிருவார்" என்கிறார். அவர் கட்டிட வேலைக்குப் போகாத நாட்களில் 100 நாள் வேலைத்திட்டத்தில் எங்காவது கிளம்பி விடுகிறார்.

காடையூர் கிராமம். அப்பா, அம்மா 45 வயது இருவருக்கும். "ஒரே வயசுன்னு கல்யாணம் பண்ணுனம், இப்டி ஒரே வயசுங்கறது அபூர்வம்ன்னு சொன்னாங்க. அதுலதா ஒத்துமை. வேறே எதிலியும் இல்லேன்னு வாழ்க்கையிலெ தெரிஞ்சு போச்சு"

இருக்கும் ஒற்றைப் பெண்ணை நன்கு திருமணம் செய்து வைக்க வேண்டும் என்ற ஆசை இருக்கிறது.

"இனி என்ன பெத்துக்க முடியாதா என்ன... வயசா இல்லே"

"அந்தக்கருமாந்தரமெல்லா இனியும் எதுக்கும். படுத்தமா தூங்கன்னுமான்னு இருக்கு. இதிலே என்ன நெருக்கம் வேண்டிக்கெடக்கு. வயசுக்கு வந்த பொண்ணு பக்கத்திலெ கெடக்கயிலெ "

கலைவாணிக்கு மூன்று பற்கள் உடைந்து போனது எல்லோருக்கும் கவலைதரக்கூடிய விடயமாகி விட்டது. முகம் அவலட்சணமாகி விட்டது. வாயைத் திறந்தாலே உடைந்த பற்கள் துருத்திக் கொண்டு தெரிகின்றன. வாயை மூடிக் கொண்டே இருக்க முடியாது கலாமணியால்.

தற்போது சில சம்யங்களில் பற்கள் வீக்கம் கண்டு அவலட்சணமாகி விடுகிறது. வீக்கம் குறைகிற வரைக்கும் உள்ளூர் மருத்துக் கடையில் பெயின் கில்லர் வாங்கிப் போட்டுக் கொள்கிறார். மருத்துவரிடம் செல்வதில்லை. சீழ் பிடித்தது போன்று வாசம் வேறு வருகிறது. சிரமமாக இருக்கிறது அவளுக்கு.

பற்கள் உடைந்து போன அன்று உடம்பு ரொம்பவும் சோர்வாக இருந்திருக்கிறது. 10 மணி நேர வேலை உடம்பைத் தளர்த்தி விட்டது. நடக்ககூட முடியவில்லை. எங்காவது உட்கார்ந்து கொஞ்சம் கண் அயர்ந்து போக மனம் ஆசைப்பட்டிருகிறது. ஆனால் காவலாளி துரத்துவார். எப்படியும் பேருந்து நிறுத்தம் வரை நடந்து போய் விடலாம் என்று நடந்தவருக்கு கால்வலியும் உடல் சோர்வும் சேர்ந்து கீழே தள்ளி விட்டிருக்கிறது. எதன் மேல் விழுந்தார் என்பது தெரியவில்லை. முன் பற்கள் உடைந்து விட்டன.

“ நெறைய சம்பாதிக்கணும். மூணு பல்லையும் எடுத்துட்டு வேற பல்லு வெக்கணும். வேற பல்லு வெச்சா எல்லாம் செரியாயிரும். அவலட்சணம்ன்னு எதுவும் இல்லாமேப் போகும். பாக்கலாம்” என்றவளை பல் மாற்றின பிறகு பார்க்க வேண்டும் என்று ஆசைப்பட்டிருக்கிறாள்.

ஸ்பிண்டில் செக்ஷன் வரைக்கும் நடந்து செல்வது சிரமமாகத்தான் இருக்கும். கலாமணி போல் மயங்கி விழுந்து பற்களை உடைத்துக் கொள்ளக் கூடாது என்ற நினைப்பு வந்தது. கொஞ்சம் கால் வலி குறைந்தால் எழுந்து நடக்க நினைத்தாள்.கொஞ்சம் ஏதாவது எண்ணெய் போட்டு நீவிகொண்டால் ஆசுவாசமாக இருக்கும். எதுவாக இருந்தாலும் இப்போதைக்கு இப்படி உட்கார்ந்த நிலையில் பாதத்திற்கு எந்த எண்ணெயும் போட்டு விட முடியாது. அதுவே அப்போதைய நேரத்து பெரிய சிக்கலாக

விசுவரூபித்து பிணமூட்டை போல் உடம்பை கனக்கச் செய்தது அவளுக்கு. இந்தக் கைதானே எனக்குச் சோறு போடும் என்று நீவிவிடுகிற ஊரிலிருக்கிற அம்மா இந்தக் கால்தானே எனக்குச் சோறு போடுது என்று சொல்லி அழக்கூடும் என்பது உடம்பின் கனத்தை இன்னும் கூட்டியது.

அம்ருதா

மூன்று நதிகள்

கவுசிகா:

கவுசிகா நதி என்ற போர்டைப் பார்த்தான். அம்புக்குறிப்பிட்ட இடம் வெறும் தரையாய் கிடந்தது. அம்புக்குறி நீண்டுகொண்டே போவது போலிருந்தது. சமீப ஆண்டுகளில் கவுசிகா நதி இருந்த தடத்தைக் காட்டுவதற்காக பல போர்டுகள் முளைத்து விட்டன. நதி இருந்த அடையாளம் தெரியவில்லை. பெரும்பாலும் எல்லா இடங்களிலும் கட்டாந்தரைதான். சில இடங்களில் சிமெண்ட் தரை இருப்பதை மங்கலத்தில் கண்டிருக்கிறான். தெக்கலூரில் மண் வண்டிப் பாதையாகவே போய் விட்டது. அப்படியொரு போர்டு போட்டு இருக்கும் இடத்தில் வண்டியை நிறுத்தியதற்காக வருத்தப்படுபவன் போல் கைபேசியைப் பார்த்தான். அம்புக்குறி நதி நீரை உறிஞ்சி விட்டு திசை காட்டியது.

அழைப்பு இரண்டு முறை வந்து அவனை நிறுத்தியிருந்தது. வெயிலின் உச்சத்தில் அவன் முகம் கறுத்திருந்தது. ஒரு மருத்துவப் பரிசோதனைக்கென்று கோவைக்குச் சென்று மருத்துவர் சொல்லி விட்டார். தைராய்டு பிரச்சினை என்று பல நாள் அலைந்து

கொண்டிருந்தாள் மேகலை. அதன் அளவு ஏறும் இறங்கும் அதற்குத் தகுந்தமாதிரி சாப்பிடும் மாத்திரைகளின் அளவு ஏறும் இறங்கும். என்னவோ நிவர்த்தி கிடைத்த மாதிரித் தெரியவில்லை.

"என்ன... யாரு பேசறா..."

"நூல் குடோன்ல இருந்து பேசறாங்க"

"பேச வேண்டியதுதானே"

"இல்லெ சிக்னல் இல்லாமெப் போச்சு"

"ஊர் பூராந்தா டவர் போட்டு வெச்சிருக்கனுகளே. எல்லாத்தையு மிணைக்கறோம்ன்னு சொல்லிட்டே இருக்காங்களே"

"சிக்னல் வருது போகுது. இப்போ வருது. அந்த மேட்டுக்குபோயி பேசிர்ரன்"

"என்ன ரகசியமா"

"வேவாரத்திலே என்ன ரகசியம் வேண்டிக்கெடக்கு"

முருகேசன் நடையை விரசலாக்கிக் கொண்டு மேற்குப் பக்கம் போனான். டெல்லி முட்களின் அடர்த்தி தொடர்வண்டிப் பாதையை மறைத்திருந்தது. அவனின் வேகத்தை வேட்டி தடுத்தது. பாலம் ஒன்று தூரத்தில் சிதைந்து போய் அதன் ஓரத்தைக்காட்டிப் பல்லிளித்துக் கொண்டிருந்தது. ஆட்டுக்குட்டியொன்று தனியே எந்த விதக் கத்தலுமின்றி நகர்ந்து கொண்டிருந்தது. ஆட்டிடையனின் கைத்தடி போல் ஏதோ ஒன்று அவன் கண்களில் பட்டது.ஆட்டிடையனாக இருக்கமாட்டான். ஆண்கள் ஆடுமாடு மேய்கிறவர்கள் கண்களில் தட்டுப்படுவதில்லை. ஏதாவது பெண் மேய்ப்பவளாக இருக்கக் கூடும். கையில் இருந்த கைபேசியை சிக்னல் கிடைக்காத எரிச்சலினைத் தீர்த்து விடுபவன் போல் உதறிக்கொண்டான். அது கை நழுவி விழுந்து விடக்கூடாது என்ற பயமும் அவனுக்கிருந்து முகத்தில் கவலை ரேகைகளை ஓடச்செய்தது.

மேகலை தூரத்தில் தென்படும் மின்மயானத்தைப் பார்த்துக்

கொண்டிருந்தாள். மில்களின் கூம்புகள் போல் ஏதோ நீட்டிக் கொண்டிருந்தன. அதில்தான் ஆவி வெளியேறுமோ. ஆவி வெளியேறிய பின் சாம்பலுக்காகத்தான் எரிக்கிறார்கள். விறகின் ஆவி அல்லது மின்சார ஆவியாக இருக்கக்கூடும். அது நகரத்திற்கு வெளியில்தான் இருக்கிறது, ஆனால் வேறு வழியில்லாமல் இழவு என்று வந்து விட்டால் வரத்தான் வேண்டியிருக்கிறது. ஒரு வருடத்தில் நாலைந்து தரமாவது அங்கு வந்திருப்பாள். இது இரண்டாவது மின் மயானம். நகரின் மத்தியில் இன்னொரு மின்மயானம் பழைய சுடுகாடு பக்கத்தில் இருந்தது. நொய்யல் கரையிலிருந்து நூறு அடி தூரத்தில் இருந்தது, முன்பெல்லாம் மழைக்காலங்களில் அங்கு சுடுகாட்டில் வெள்ளம் புகுந்து விட்டக்கதையை தன்னாசி சொல்லிக்கொண்டிருந்தார். அவர் எண்பதைத் தொட்டு விட்டார். ரத்தம் உறிஞ்சி காய்ந்து போன உடம்புக்காரர் அவர்.

“என்னை இங்கெல்லா எரிக்காதிங்கப்பா. சுடுகாட்லே பொதைங்கப்பா” ஒரு தரம் அந்த மின்மயானத்திற்கு மேகலை வந்த போது சொல்லிக் கொண்டிருந்தார். அவர் புதைக்கச் சொன்ன மேட்டுப்பாளையம் சுடுகாடு பன்றிகளால் நிரம்பியது. பன்றிகள் எப்போதும் உறுமிக்கொண்டிருக்கும். அதை வளர்க்கிறவர்கள்தான் சுடுகாட்டுப் பராமரிப்பைச் செய்து கொண்டிருந்தார்கள். பன்றிகளை விரட்ட வேண்டும் என்று பலர் சொன்னபோதேல்லாம் எங்களையும் வெரட்டிருங்க என்று அவர்கள் சொல்ல அந்தப்பேச்சு நின்று போனதாக யாரோ அவளிடம் சொல்லியிருந்தார்கள். தைராய்டு இப்படியே சிரமப்படுத்திக் கொண்டிருந்தால் இப்படி ஏதாவது ஒரு மின் மயானத்திற்குத்தான் வர வேண்டியிருக்கும் என்பதை நினைத்துப் பார்த்தாள். சங்கடமே மிஞ்சியது. பனியன் பொதி அவள் முகத்தில் அழுத்தி சங்கடம் தந்தது.

முருகேசன் இரட்டை சக்கர வாகனத்தை மீண்டும் முடக்கியபோது அது நகராமல் சங்கடத்தைச் சொல்லிக்கொண்டிருந்தது.

“என்ன ரகசியம் பேசியாச்சா”

“இதிலென்ன ரகசியம் வேண்டிக் கெடக்கு”

"அப்புறமென்ன கேட்காமியே சொல்ல வேண்டியதுதானே"

"ஒண்ணுமில்லெ. நூல் வெலை ஏறியிருக்காமா. நாலு பேல் வாங்கிப்போட்டுக்கோனு குடோன்லே இருந்துச் சொன்னாங்க"

"அப்போ என்ற கிட்ட இருக்கற தாலிக்கொடியும் போயிரும்"

"போனா என்னா திரும்ப வராதா. மீட்டலாம். வெலை ஏறப்போ வாங்கிப்போட்டாதானே நல்லது. நாலு காசு லாபம் கெடைக்கும்"

"பவர்டேபிள் போட்ட நீங்களே இப்பிடி ஆலா பறக்கறப்போ பெரிய பெரிய ஆளுகலெல்லா சும்மா இருப்பாங்களா"

அவன் இரட்டைச்சக்கர வாகனத்தின் ஸ்டேண்டைப் போடு எரிச்சலுடன் எட்டி உதைத்தான். அது சீராக நகரும் சப்தம் கேட்டது.

"இருக்கறதுதா. அவனவன் சாமார்த்தியத்துக்கு தகுந்த மாதிரி பாத்துக்கறதா. நாலு காசு பாக்க வேனாமா. உன் வைத்திய செலவுக்காச்சும் ஏதாச்சும் வேணுமில்லெ."

"கடைசியா அதுலதா வந்து நிப்பீங்க"

கவுசிகா நதி பற்றி அவனிடம் கேட்கலாமா என நினைத்தாள். இப்போதுதான் சமீபமாய் இந்த போர்டுகளை அந்த வீதியின் நெடுகிலும் பார்க்கிறாள்.அப்புறம் தெக்கலூர், கோவை பகுதிகளில் கூட அவினாசி அத்திக் கடவுத்திட்டப் போராட்டம் வந்த பின்புதான் கவுசிகா நதி பற்றி அதிகமாய் பேச்சு அடிபடுகிறது என்பதை யாரோ பேச்சுவாக்கில் சொன்னது கொஞ்சம் ஞாபகம் வந்தது. அந்தத் திட்டத்தின் ஒரு பகுதியாக அந்நதி பற்றியப் பேச்சு இருந்தது. அப்படியொரு நதி இருந்ததாக எந்த வாத்தியாரும் சொல்லித் தந்ததில்லை. எந்தப் பாடத்திலும் இருந்ததில்லை. மறைந்து போன நதி என்றார்கள். நதி பலரின் ரத்தத்தையும் உறிஞ்சி சீக்கிரம் வேறு நிறமாகிவிட்டது.

வாகனம் சீரான வேகம் எடுத்து தொடர்வண்டிச்சாலைக்கு இணையாகச் சென்றது. மீண்டுமொரு கவுசிகா நதி போர்டைப்

பார்த்தான். அம்புக்குறிப்பிட்ட இடம் தொடர்வண்டி பாலத்தின் அடியைச் சுட்டிக்காட்டியது. அதுவும் கட்டாந்தரையாகத்தான் இருந்தது. நொய்யல் சாக்கடையுடனும், சாயக்கழிவுடனும்தான் ஓடுகிறது. ரொம்பவும் சிறுத்துப் போய்விட்டது அதுவும் மறைந்து போன நதி என்று எங்காவது பேச்சு வரும். அப்படித்தான் ஆகிக் கொண்டிருக்கிறது என்று சொல்லிக் கொண்டாள்.

நொய்யல்:

இந்த நொய்யல் ரோட்டைப் போட்டு ஆறே இருந்த அடையாளமில்லாமெப் பண்ணிருவாங்கன்னு ஒரே பேச்சா இருக்கு.

சாயத்தண்ணியும் சாக்கடையும் ஓடறப்போ அது எத்தனியோ மேல்.

மொட்டை போட்ட மனுஷன் மாதிரி கான்கிரிட் நிக்குது ஆத்து மேலெ... உன் மொட்டத்தலை மாதிரியா

மொட்டைத் தலையைத் தடவிக்கொண்டாள் மேகலை. முதல் தரம் ஹீமோதெரபி தந்தபோதே முடி கொட்ட ஆரம்பித்தது. சீப்பெடுத்து சீவும் போது ஒரு இஞ்ச் அடர்த்திக்கு முடி சீப்போடு வந்தது. கண்களில் கரகரவென்று கண்ணீர் பொங்கி வழிந்தது. துடைக்காமல் கன்னங்களில் வழிந்தோடிக்கொண்டே இருந்தது. இப்படியே விட்டால் மளிகைக்கடைக்குக் கூட போகமுடியாது. வெளியில் எங்கும் போக முடியாது. பெருந்தொழுவு பெருமாள் கோவில் மேகலைக்கு குலதெய்வம் என்பதால் போய் மொட்டை அடித்து வந்து விட்டாள். அவளுக்கு வந்த புற்று நோய் பற்றி வெளியில் யாருக்கும் தெரியாது. எவ்வளவு ஜாக்கிரதையாக இருந்து மறைக்க முடியுமோ அவ்வளவு நல்லது என்று முருகேசனும் சொல்லியிருந்தான். இல்லையென்றால் ப்ச் என்ற அனுதாபத்தில்தான் எல்லாம் நடக்கும். எல்லாவற்றுக்கும் கோவை ராமச்சந்திரன் மருத்துவமனைக்குத்தான் போக வேண்டியிருந்தது. அங்கு மொட்டையடித்தவர்கள் சுலபமாகக் காணப்பட்டார்கள். மொட்டை அடித்தபின்

கூச்சப்பட்டு சிலர் டோப்பாவும் அணிந்திருப்பதும் தெரிந்தது. மருத்துவமனையிலேயே டோப்பாக்கள் விற்கும் கடையும் இருந்தது அவள் அதற்குள் போகவில்லை. போக அவசியம் இருக்கும் என்று நினைக்கவில்லை. அடுத்த ஹீமோதெரபியின் போது தான் உயிருடன் இருப்போமா என்ற சந்தேகம் பல சமயங்களில் வரும். நோவுக்கு மருத்துவமனைக்குப் பார்க்கிறதாய் சொல்லிக் கேட்கிற யாரிடமும் அவள் எந்த மருத்துவமனை என்று சொன்னதேயில்லை.

சிவன்கோவில் தெற்குத்தெருவில் அவர்கள் வீடு இருந்தது. நொய்யல் சாலை விரிவாக்கத்தில் அவர்கள் வீட்டிற்கு சிரமம் ஏற்படுமோ என்ற பயம் இருந்தது. ஸ்டீபன் வீடு வரைக்கும் எடுக்க வேண்டும் என்று சொல்லிக் கொண்டிருந்தார்கள். இன்னும் முப்பதடி சென்று விட்டால் முருகேசன் வீடுதான். சரசவென்று அட்டைப் பெட்டிகளை கலைத்து விட்ட மாதிரி எல்லாத்தையும் இடித்துக் கோரமாக்கி விட்டார்கள். பிசிறு பிசிறாய் வீடுகள் தங்களைச் சிதைத்துக் கொண்டு நின்றன.

“பாக்கலாம். ஏதாச்சும் காம்பன்சேசன் குடுப்பாங்கல்லெ”

“மொட்டை போட்டுக்களவுக்கு குடுப்பாங்க. அதெ வெச்சுட்டு மண்ணரைக்கு அந்தப்புறமும் எடம் வாங்க முடியாது. இந்தப்புறம் பெருந்தொழுவு வரைக்கும் ஒண்ணும் பண்ணமுடியாது. அப்பறம் எங்க போறது”

“பெருந்தொழுவு போய் உங்க குலதெய்வம் கோவில் பக்கத்திலெ இருந்தற வேண்டியதுதா”

“குலதெய்வம்ன்னு வந்தப்புறம் உங்களது என்னதுன்னு ஒண்ணும் பிரிக்க முடியாது பாருங்க. நல்லதில்லெ”

“இவங்க நொய்யலை ரோடு போடறம்ன்னு பிரிக்கலாமா...”

“பெரிய பெரிய விசயமெல்லா பேசுனா எனக்கு என்ன புரியும். இப்போதைக்குப் பேசற மொட்டை போட்ட விவகாரமே புரிய மாட்டேக்குது”

இந்தக் கிரகம் புற்று நோய் எப்படி வந்ததென்று அங்கலாயித்துக் கொள்வாள் மேகலை. பழைய பனியன் பீஸ்களை அடுப்பெரிக்க பயன்படுத்தியது உடம்பில் அந்த ரசாயனம் போய் ரகளை செய்திருக்குமோ என்று ஒரு நாள் கண்டு பிடித்தது போல் சொன்னாள். நொய்யலில் பிடிபடும் மீன்களை சாப்பிடுவதாலா என்றும் கேட்டுக் கொண்டாள். அப்புறம் முருகேசந்தான் என்னவோ சாப்பாட்டு மிஷ்டேக்தா என்று முற்றுப்புள்ளி வைத்திருக்கிறான். அவன் செய்த பஞ்சு வியாபாரம். அப்புறம் செகண்ட் பீஸ் துணிகளின் தூசுக் குப்பைக்குள் பல ஆண்டுகள் இருந்ததுதான் காரணம் என்று மனசுக்குள் இருந்தது. இப்போதெல்லாம் கோவைக்கு காரில் செல்லும் அளவுக்கு வசதியாகியிருந்தான். வியாபாரம் தூரம் கொண்டு போய் அவனை உட்கார வைத்து விட்டது மகிழ்ச்சிதான் தந்திருக்கிறது ஒரு புறம். தைராய்டு பிரச்சினை என்று மெல்ல மெல்லக் கிளம்பி மார்புப் புற்றுநோய் வரைக்கும் வந்து கடந்த மூன்று வருடங்களாய் அலைக்கழித்து விட்டது அவனை. நதியின் மணலற்றுபோன வெக்கை போல் வாழ்க்கை ஆகிவிட்டது.

“இதுவெல்லா ஊர் ஒலகத்திலெ வெகு சாதாரணமாயிருச்சு”

“ஊரில இருக்கறவனெல்லா சாப்புடறதுதா நானும் சாப்படறேன்”

“இன்னும் ஒரு முறை கீமோதெரபி தரவேண்டியிருந்தது. அதற்கப்புறம்தான் அறுவைச்சிகிச்சை...”

பொழச்சுவந்தா குலதெய்வம் பெருமாள் புண்ணியம் என்று இருவரும் முடிவு செய்திருந்தார்கள்.

“காசுக்காக ஊரே நாறி கெடக்குது. எந்தக் கிரகமோ இதைக் கொண்டுட்டு வந்திருச்சு”

அவளுக்கு இப்படியொரு அவப்பெயர் நோயுடன் நடமாட வேண்டியிருக்குமா என்று பலசமயம் யோசிப்பு வரும்.

பாரதப்புழா:

பாரதப்புழா சிறுத்து தூரத்தில் ஓடிக்கொண்டிருந்த்து. மணல்

எவ்வித கசடுமில்லாமல் அதன் நிறத்தில் இருந்தது. இன்னும் தூரத்தில் தெரிந்த தென்னை மரங்களின் அணிவகுப்பு நேர்த்தியாக இருந்தது. பச்சையும் மணலின் நிறமும் கலந்து ஓவியத்தின் படிமமாகியிருந்தது,

ஏதோ பேச்சுக்குத்தான் நிம்சா அப்படிசொன்னாள். அவன் பிடிக்காதவன் போல முகத்தை இறுக்கமாக்கிக் கொண்டான். அவனுக்குப் பிடிக்காத நேரங்களில் மேல் சட்டைப் பொத்தான் களை திருகிக் கொண்டிருப்பான். அப்போது போட்டிருந்தது டீசர்ட் என்பதால் கழுத்துக்கு வெகு அருகாமையில் இருந்தப் பொத்தானைத் தொட்டான். அதைத் திருக முற்பட்டவன் அதன் இறுக்கத்தன்மையை உணர்ந்து கொண்டவன் போல் நிறுத்திக் கொண்டான், பின் காற்றில் ஆடி அவனின் வலது கை தொய்ந்து விழுந்தது.

அருணைப் பற்றி நிம்சாவுக்கு எல்லாம் தெரியும்தான். என்றாலும் துடுக்குத்தனமாய்தான் கேட்டு விட்டாள்.

“நீ என்ன டெஸ்ட் டியூப்க்கு பொறந்தவனா”

அந்த பொது நூலக அட்டை விண்ணப்பத்தில் தகப்பன் பெயர், தாய் பெயர் என்று இருந்த இடங்களை அவன் நிரப்பவில்லை. அதற்குத்தான் அப்படி கேட்டு விட்டாள் நிம்சா.

“உங்க அப்பா, அம்மா பேரு இல்லையா. டெஸ்ட்டியூப்புக்குப் பொறந்தவனா இருந்தாக் கூட அம்மான்னு ஒருத்தி இருப்பாங்களே...”

“எல்லாரும் இருந்தாங்களே. இப்ப இல்லே”

மேகலை புற்று நோயால் அவதிப்பட்டு சீக்கிரம் போய் சேர்ந்து விட்டாள். முருகேசன் அய்ம்பதாவது வயதில் ஒரு இளம் பெண்ணைத் திருமணம் செய்து கொண்டான். போர்டிங்க் ஸ்கூல் என்று வெவ்வேறு இடங்களில்தான் அருண் வளர்ந்தான். கல்லூரி என்று வருகிறபோது கேரளாவிற்குப் போகிறேன் என்று கிளம்பிவிட்டான்.

அருணின் தாடி அடர்த்தியான கறுப்புக்கு முயற்சி செய்து கொண்டிருந்தது. கொஞ்சம் உடம்பை ஏற்றியிருந்தான். இந்த நவம்பரில் உலகம் முழுக்க "நோ ஷேவ் நவம்பர்" என்றொரு விசயம் இளைஞர்கள் மத்தியில் பரவலாகலாகக் கடைபிடிக்கப்படுவதை கூகுளைத் தேடியபோது தெரிந்து கொண்டான். ஆண்களைத் தாக்கும் புராஸ்டேட் புற்றுநோய், டெஸ்குலர் புற்றுநோய், அதனால் நிகழும் ஆண்களின் தற்கொலை ஆகியவற்றுக்கு எதிரான விழிப்புணர்வுக்காக இந்த தாடி வளர்ப்புத் திட்டம் என்பதை அவன் சொல்லி நிம்சா தெரிந்திருந்தாள்.

"பெண்களுக்குன்னு நோ டிசம்பர் ஷேவ்ன்னு ஏதாச்சும் ஆரம்பிபீங்களா என்ன..."

புற்றுநோயால் பாதிக்கப்பட்டவர்கள் சிகிச்சையின் போது உடலில் உள்ள ரோமங்கள் உதிர்ந்து களையிழந்துக் காணப்படுவார்கள். அதை மனதில் வைத்துதான் மாதம் முழுவதும் ஷேவ் செய்யாமல் அந்தச் ஷேவ்க்கு ஆகும் செலவை புற்று நோய் தொடர்பான விழிப்புணர்வுக்கு கொடுக்கும் செய்தி சொல்லுவதாக "நோ ஷேவ் நவம்பர்" இருப்பதை அருணும் பின்னர் சொன்னான்.

ஊருக்குப்போக வேண்டும் என்று தோன்றுகிறபோதெல்லாம் கிளம்பி விடுவான். சட்டெனப் போய் விடுவதற்கான எல்லா உபாயங்களும் இருந்தன.

இங்கு வந்ததே அதிசயம் என்பது போல் ஆரம்பத்தில் முருகேசன் பார்த்தான்.

"அங்கிருக்கிருக்கறவனுக எல்லாம் இங்க வந்து படிக்கறாங்க. நீ அங்க போறன்கறே..."

"என்னமோ தோணுச்சு"

"அந்தப் பொண்ணுக மனசில பட்டு நிரந்தரமாயிட்டங்களா"

அப்போது அப்படி யாரும் இல்லை. கல்லூரியில் சேர்ந்தபின்புதான் நிம்சா அப்படி நிரந்தரமானாள். அப்படி நிரந்தரமாக அவர்கள் போட்டுக் கொண்ட கண்ணாமூச்சி ஆட்டம் ஆடியது இன்பம்

தந்தது. பிறகு சுலபமாகச் சண்டையும் சமாதானமுமாகச் சென்று கொண்டிருந்தது. அறைப்பூட்டை திறப்பதும் மூடுவதுமான சாவியொன்றின் செயல்பாடாய் இருந்தது.

“நான் போறன்”

“எப்போ வருவே“”

”வருவேன்”

“”எங்க உங்க பனியன் ஊருக்கா”

“ஆமாம்”

“இந்த சுத்தமான பாரதப்புழாவைவுட்டு உன்னாலே போக முடியுமா”

“பொறக்கறப்பவே பாரதப்புழாவோடத்தான் பொறந்தனா. வளர்ந்தனா. எடையிலே பாத்த்துதான் இந்தப் பாரதப்புழா”

“அப்புறம் இடையிலெ பாத்தது இந்த நிம்சா ஆமா நிஜம்தா”

வாகனங்களின் இரைச்சலில் ஒரு நிமிடம் எதிர் திசையைப் பார்த்தார்கள். தெருவின் ஓரத்தில் நடந்து போய்க் கொண்டிருந்த அந்தப் பெண்ணின் குள்ளத்தனத்தை ரசிப்பது போல் பார்த்துக் கொண்டிருந்தான். அவள் கையில் ஒரு பிளாஸ்டி கயிறும் அதன் முனையில் ஒரு பெமரன் நாயும் இருந்தன.

“என்ன பார்வை வெறிக்க... அந்தப் பெண்ணோட பேர் நிம்சாவா இருக்காது”

“வேற பேராத்தா இருக்கு தெரியும். என்னமோ அந்தப் பொண்ணு நான் இப்போ என்ன நெனைக்கறனோ அதைத்தா நெனைக்கறதா தோணுது அதுதா என்ன டெலிபதியா”

“உன்னோட டெலிபதி என்ன சொல்லுது. நான் எங்க போவன்னு சொல்லுது...”

“என்னமோ கொஞ்சம் கோபம். மீறிப் போனா நொய்யல்.

மூன்று நதிகள்

நொய்யல் ஊர். கழுதை கெட்டுக் குட்டுச்சுவரானப்புறம் பாரதப்புழா"

"எல்லாம் மறஞ்சிட்டிருக்கற நதிக..."

"உங்க ஊர்லே நதிக மறையிதுன்னு சொல்லு எங்க ஊர்லே நிதானமா மணலே முத்தமிட்டு ஓடிட்டே இருக்கும்"

"செரி செரி பெருமை பீத்திக்காதே"

"நீங்களும் பீத்திங்க யார் வேணான்னா"

"செரி பீத்திக்கிறேன். இப்போ எங்கூர்லே ஐம்பதாயிரம் கோடி ரூபாய் அந்நிய செலவாணி. இரண்டாயிரத்து இருபதிலெ ஒரு லட்சம் கோடி அந்நிய செலவாணி. எவ்வளவு பெருமை"

"எத்தனை ஆயிரக்கணக்கான பேர் புற்றுநோயிலெ சாகக் காத்திருப்பாங்கன்னு சொல்லடா"

"இப்போ எனக்காகக் காத்திருக்கிற பஸ்சுக்குப் போறேண்டி..."

"ஓகே கண்மணி"

மகிழ்வுந்தின் சாவியை அவள் கையில் கொடுத்தான்.

"என்னை டிராப் பண்ண வந்துட்டுப் போடி"

அவன் அதைக் கொடுத்த போது எதிரில் இருந்த மின்விளக்கின் வெளிச்சம் சாவியின் நிழலை பூதாகரமாக்கியிருந்தது. காய்ந்த மரத்தின் பகுதியாயும் தண்ணீருக்காக வாயைத் திறந்து வைத்திருக்கும் ஏதோ பறவையின் நிழலுரு போலவும் அது இருந்தது.

கணையாழி

பிளிறல்

மான் வேட்டை என்றதும் பூரித்துப் போய்விட்டேன். அதுவும் முதுமலைக் காட்டில். சவுந்தர் சொன்னதும் மனது முதுமலைக் காட்டிற்குப் போய்விட்டது. 250 கி.மீ. உள்ள முதுமலைக்குப் போக முதுமையில்தான் வாய்த்தது என்பது பூரிப்பிற்கான காரணம். 58 வயதில் இப்போதுதான் முதுமலைக்குப் போக வாய்த்திருக்கிறது. அதுவும் நேரடியாக மான் வேட்டையும் கூட.

மான் கறி சாப்பட முடியுமா என்று கேட்டு வைத்தேன். அதற்கு பதிலாகத் தான் சவுந்தர் "வேட்டையாடி கறி சாப்புடலாம்... அதுவும் மான் வேட்டை" என்றார்.

"நெசமாவா... பூட்ஸ், டார்ச்சு லைட்ட்டுனு ஏற்பாடு பண்ணனுமா"

"மலைசாதிக்காரங்க ஏற்பாடு பண்ணுவாங்க. எல்லாம் வெச்சிருப்பாங்க"

"எங்க தங்கறம்"

"மலை சாதிக்காரங்க வூட்லதா. இல்லீன்னா பாரஸ்ட் கெஸ்ட் ஹவுஸ்லே. மானோ முயலோ எது வேட்டையாடறதும் குற்றம்தா.

குற்றம்ன்னு தெரிஞ்சு செய்யறதிலெ ஒரு அட்வென்சர் இருக்குதே”

இது வரை மீன் வேட்டைக்குத்தான் அதிகபட்சம் சென்றிருக்கிறேன்... மீன் பிடிப்பது வேட்டையாடுதலில் வருமா என்ற சந்தேகமும் இருக்கிறது. குழந்தைப் பருவத்தில் மான் கொம்பு தூளியில் படுத்துத்தூங்கியிருப்பதால் மான் வேட்டையாடத் தகுதியிருப்பதாக எண்ணிக் கொண்டேன். என் பேரன், பேத்திகளுக்கு காட்டவென்று மான் கொம்பு வீட்டில் இல்லை. இப்போது அவை ஆயிரக்கணக்கில் விலை பெறும்.

மான் வேட்டைக் கனவில் நான்கு நாட்கள் இருந்தேன். வேட்டை நாய்கள், இரும்பு ஆயுதம் ஈட்டி, அம்பு, பூட்ஸ், டார்ச் சகிதம் வேட்டையாடப் போற கனவு இருந்தது. புள்ளிமான், சருகுமான், சம்பாரிமான், கவுரிமான்... எதை வேட்டையாடப் போகிறேன்.

ஆலாந்துறை சண்முகம் அந்தக் காலத்திய “கேம்ஸ் லைசென்ஸ்” வைத்திருந்தவர். ஒரு டன் எடை உள்ள ஆலந்துறையே கறி தின்கிற அளவு பெரிய மானையெல்லாம் வேட்டையாடியவர். உறவினர். அவர் இறந்த பின் “கேம்ஸ் லைசன்ஸ்” முறையும் இல்லாமல் போய் விட்டது. அவர் பரம்பரையில் யாரும் வேட்டையைத் தொடரவில்லை.

ஊட்டியை நெருங்கிய அய்ந்தாம் நாளில் அந்த வேட்டைக் கனவு கலைந்து விட்டது. கூடலூரில் புலி ஒன்று அட்டகாசம் செய்து வந்ததை அன்றைய தினசரிகளும் நிச்சயப்படுத்திக் கொண்டன. வாதப் பிரதிவாதங்களாய் செய்திகள் தினசரிகளில் மிதந்தன. விலங்குகளின் பாதையை மனிதர்கள் ஆக்கிரமித்துக் கொண்டதால் வந்த வினை என்று சுற்றுச்சூழல்வாதிகள் வாதாடினார்கள். விலங்குகளிடமிருந்து எங்களைக் காப்பாற்றாத வனத்துறை எதற்கு என்று சாதாரண மக்கள் கிளர்ந்தெழுந்தார்கள். ஒரு தேயிலைத் தோட்டப் பெண்ணை அது அடித்து கொன்று விட மக்கள் கிளர்ந்தெழுந்து நான்கு வனத்துறை வாகனங்களுக்குத் தீ வைத்து எறித்து விட்டனர். கொஞ்சம் கைதுகள், சிரமங்கள் என்று தெரிந்தது. எல்லாம் செய்திகளாய் விரிந்திருந்தன.

இன்னொரு பக்கம் யானைகளின் நடமாட்டம் பற்றிய செய்திகள்.

தீப்பந்தத்தை ஏந்தியபடி யானைகளைத் துரத்தும் தேயிலைத் தோட்டத்து மக்கள் என்று புகைப்படமெல்லாம் தென்பட்டது. "நாங்க தீட்டாயிட்டம். பெரிசுக போற எடத்திலெ கட்டடங்களா வந்திசுருச்சு. பெரிசுக தீனி தேடி வந்து ரேசன் அரிசின்னு பாக்காமெ திங்கறாங்க. அதுக்கு தீனி தேவைப்படறப்போ மறுபடியும் இங்கதா வர்றாங்க... யாரைக்குத்தம் சொல்ல..." வயதான ஒரு பெண் ஒரு புகைப்பட பிரசுரத்தில் கவலைப்பட்டுக் கொண்டிருந்தாள்.

பேருந்தில் போகும் போதே கண்ணில்பட்ட தேயிலைத் தோட்டங்களில் புலிகள் கற்பனையில் திரிந்தன. திடுமென மறைவிலிருந்து வெளிவந்து மிரட்டின. பயம் காட்டின.

ஊட்டியிலிருந்து தெப்பக்காடு போவதற்காக விசேச பேருந்துதான் கிடைத்தது. அதில் மூன்று மடங்கு கட்டணம் என்பதால் சவுந்தருக்கு ஏக வருத்தம். ஊட்டியில் கனத்த வெயில்தான். "சாயங்காலத்துக்குள்ள போயிரணும். மப்பும் மந்தாரமா இருந்தாவே அபாயம். யானைக திரிய ஆரம்பச்சிரும்" மூன்று மடங்குக் கட்டணத்தை நியாயப்படுத்த ஒரு லிட்டர் குடிதண்ணீரும் வாந்தி வந்தால் பிடித்துக்கொள்ள பாலீதீன் பையும் கொடுத்தார்கள்.

பாலித்தீன் பை மிகவும் உபயோகமாக இருந்தது. ஊட்டியைக் கடந்த பின் வாந்தி எடுத்து களேபரப்படுத்தி விட்டேன் சவுந்தரை.

"அங்க டாக்டரெல்லா இருப்பாங்கதானே..."

"யானைகளும், புலிகளும்தா இருக்கும் வெட்டரன்ரி டாக்டர் வேண்ணா இருப்பாங்க. இது வெறும் புரட்டல் வாந்திதானே. மசக்கை வாந்தியின்னு சொல்ல நீ பொம்பளை இல்லியே"

தெப்பக்காட்டில் இறங்கியதும் இன்னும் ஓர் அதிர்ச்சி. அது சமவெளிதான். குளுகுளு மலைப்பிரதேசம் அல்ல என்பதைக் கண்டு கொண்டேன். வனத்துறையினரும் காவல்துறையினரும். ஏகஅளவில் தென்பட்டனர். எந்தக் கடைகளும் இல்லை. "எதுக்குன்னாலும் ஆறு கிமீட்டருக்கு அந்தப்புறம் மசனகுடிகுத்தா போகணும்"

“அப்போ நம்ம சாப்பாட்டுக்கு ஓட்டல்ன்னு இல்லையா”

“அதுக்குத்த ஆதிவாசித் தோழர்கள் இருக்காங்களே. காசு குடுத்தா எல்லாம் பண்ணிக்குடுப்பாங்க...” தூரத்தில் வனத்துறையினரின் குடில்கள் தீப்பெட்டிகளை தாறுமாறாய் அடுக்கியது போல் தென்பட்டன, தாறுமாறாக மேடுகள் பள்ளங்களாகியிருந்தன. தூரத்துக் கோடுகளாய் குறுகிய சாலைகள் திரிந்தன.

”புலி அடிச்சு கிலி பண்ணீருச்சு... பாரஸ்ட் அப்பீசருங்க நிறையப் பேர் வந்துட்டாங்க. ரகளையாலெ போலீசும் ஏகமா இருக்கு. கஸ்ட் ஹவுசுலே ரூம் கெடைக்கறது சிரமம் பாஸ்”

சவுந்தரின் நண்பர் கைபேசியில் கொளுத்திப் போட்டு விட்டார். சவுந்தர் முக்கியமான “பேரடைஸ்” விருந்தினர் விடுதியில்தான் இடம் கேட்டிருந்தார். அதில்தான் ஹேமாமாலினியும், தர்மேந்தராவும் ஹாத்திமேரா சாத்தி, மா படப்பிடிப்புகளின் போது தங்கியிருந்தார்களாம்.

”இங்க வர்ரப்பெல்லா அதுலதா கேட்டுத் தங்குவேன். ஹேமாமாலினி இருந்த ரூம்ன்னு ஸ்பெசலா கேட்டிருந்தன்”

சொர்க்கம் நழுவிப் போய் விட்டது. டார்மெட்டரி கிடைக்குதா பார்க்கலாம் என்றார்கள். எல்லாவற்றிலும் வனத்துறையினரின் ஆக்கிரமிப்பு. புலியை வேட்டையாடுகிற எத்தனம். எங்களையும் துரத்தும் உபாயங்கள்.

“தூங்கறதுக்கு எடம் கிடைச்சா பத்தாதா பாஸ். யானை வந்து கதவை இடிக்காத எடமா புடுச்சு தர்ரேன்”

கடைசியில் யானை கதவைத்தட்டி களேபரம் செய்த இடம்தான் கிடைத்தது.

அதற்கு முன் மான் வேட்டைக் கனவில் நான் திளைத்திருந்தேன். “இப்போ இருக்கற பிரச்சினையில் காட்டுக் கோழி கெடைக்கறது கூட கஷ்டம்”

“இதுக்கு பிராய்லர் சிக்கனே மேல்ன்னு கீழையே இருந்திருக்கலாம்”

என் ஆழ்ந்த வருத்தங்கள் அறை பிடித்துத் தந்த ஆதிவாசித் தோழருக்கு சங்கடமே தந்தது.

"பகல்லெ முயல்கறி கெடைக்குதான்னு பாப்போம். இப்போ இருட்டிப் போச்சு. யானைக மொதற்கொண்டு எல்லாம் நடமாடிட்டு இருக்குதுக"

"முயல் கறியா அப்போ முயல் வேட்டைக்குக் கூட வாய்ப்பில்லையா"

மாயாறு சலசலத்துக் கொண்டேயிருந்தது. இறங்கி கால்களை நனைத்துக் கொள்ளத் தோன்றியது. ஆனால் கண்ணில்பட்ட தூரத்து யானைகளின் நடமாட்டம் அறைக்குள் இருந்து கொண்டு வேடிக்கை பார்க்கச் செய்தது. தூரத்தில் காட்டெருமைகளும் காட்டுப்பன்றிகளும் சாதாரணமாகப்பட்டன. வெளிச்சம் பரவாத இடமில்லை என்பதுபோல் வெளிச்சக்கீற்று எங்குமாய் பரவியிருந்தது.

"மரத்திலெ கறையான் புடிச்சாலும் அதெ உலுக்கக் கூட இங்க உரிமை கெடையாது. இருக்கறது இருக்கறமாதிரி இருக்கணும். பாதுகாக்கப்பட்டப் பகுதி. காலையில் முயல் வேட்டைக்கு முயற்சி பண்ணலாம். புலி கெடச்சு போலிஸ்காரங்க, பாரஸ்ட்காரங்க வெக்கேட் பண்ணிட்டா அதுக்கு ரொம்ப வாய்ப்பு இருக்குது"

"புலி கெடச்சான்னா..."

"பப்ளிக் புலி அடிக்கறதுன்னாலே கோபத்திலெ இருக்காங்க. பாரஸ்ட் ஆளுக எங்க உயிரைக் காப்பாத்த மாட்டீங்களான்னு பப்ளிக் கோபத்திலெ ரகளை பண்ணிட்டு இருக்கறதுனாலே புலி செத்தாதா உண்டு நிம்மதி இங்கிருக்கறவங்களுக்கு, ஆனா அதுகளுக்கு நாம பன்ற துரோகம் நெறைய"

"அடிக்கற அதே புலியா... கண்ணுல படற ஏதாச்சுமா"

"வெளையாட்டிலெ எது வேண்ணா நடக்கலாம். ஏதாச்சும் வேற அகப்பட்டாக் கூட அதைக் கொன்னுட்டு புலி பயம் இனி வேண்டாம்ன்னு சொல்ல சந்தர்ப்பம் பாத்திட்டிருக்காங்க. கால்லே காயம்பட்ட புலி. இனி வேட்டையாடித் திரிய

முடியாது... மேன் ஈட்டர்ன்னு தள்ளிட்டங்க. நமக்கு முயல் வேட்டைக்கு சந்தர்ப்பம் கெடைக்குதான்னு பாக்கலாம்"

சித்தப்பா காங்கயம்வேலன் முயல் பிரியர். கொலஸ்ட்ரால் குறைவு என்று விரும்பிச் சாப்பிடுவார். காங்கயத்தில் வீட்டுத் தோட்டத்தில் முயல்கள் வளர்ப்பார். காங்கயம் போகிற போதெல்லாம் அவர் வளர்க்கும் முயல்களை ரசிப்பேன். முயலை காஷ்மீர் பனிக்கட்டி என்பார் அதன் மிருதுத் தன்மை பார்த்து... உடம்பைப் பிடித்துத் தூக்கக் கூடாது என்பார். காதைப் பிடித்துத் தூக்கிக் காண்பிப்பார். சிறுசிறு பற்கள். சிகப்புக் கல் கண்கள். வெள்ளை முடி. கைகளை நீட்டினால் உரசி கிளுகிளுக்கச் செய்யும். எலிக்குட்டி போல் முயல் குட்டிகள் உடம்பில் முடியே இல்லாமல் இருக்கும்.

"இதுக்கெல்லா ஆயுள் பத்து பன்னிரண்டு வருஷம் இருக்கும். நாம மூணு மாசத்திலெ மூணு கிலோ ஏறுதான்னு காத்திட்டிருந்திட்டு சாகடிச்சிர்ரமே..."

"வளத்துட்டு சாகடிக்கறது சிரமம் இல்லியா சித்தப்பு"

"ருசியான கறிக்குன்னெ ஆண்டவன் இதையெல்லா படச்சிருக்கான். அழகான பொண்ணுகளெ ரசிக்கறதுக்கும் அனுபவிக்கறதுக்குன்னு படச்ச மாதிரி"

ஒரு யூனிட் முயல் எப்போதும் அவர் வீட்டு புழக்கடையில் இருக்கும். பத்து முயல்கள் கொண்டது ஒரு யூனிட். சினைமுயல் ஒன்று. இரண்டு பெட்டைகள் ஆறுமாத முயல்கள் இரண்டு. அதைத் தவிர நான்கு பெட்டைகள்.

"ஒரு யூனிட்டுன்னு இருக்கறதுலே அதன் வளர்ச்சி சீரா இருக்கும். ஒரு கூட்டுக்குடும்பம் மாதிரி இருக்கும் அதுக்குத்தா. கொறஞ்சு போனா அதுக கண்ணுலே ஒரு ஏக்கம் வந்திரும்"

"அதுக ஏங்கறதே கண்டு புடிச்சிருவீங்களா"

"வளர்க்கறமே தெரியாதா..."

மான் வேட்டையை முயல் வேட்டையாக்கி கொஞ்சம்

கற்பனையில் அன்றிரவு தூங்கிப்போனேன். தூக்கத்தில் கூட சூரியனின் அடர்த்தியான வெளிச்சம் ஊடுருவிக் கொண்டே இருந்தது. இது மலைப்பிரதேசம் இல்லை என்று சொல்லிக் கொண்டே இருந்தது.

துப்பாக்கியைக் கையில் ஏந்தி வேட்டைக்குப் போகிறேன். சாதாரணமாய் புலிகளும் யானைகளும் அங்கங்கே மேய்ந்து கொண்டிருக்கின்றன திடுமென படபடவென சுட்டுத் தள்ளுகிறேன், புலிகள் சுருண்டு விழுகின்றன. தேயிலைத் தோட்டப் பெண்ணைக் கொன்ற புலியைச் சுட்டிருக்கிறேன். மக்களை புலி பயத்திலிருந்து காப்பாற்ற என் வேட்டை பயன்பட்டிருக்கிறது பலரும் பாராட்டுகிறார்கள். செத்துக் கிடக்கும் புலியின் பக்கத்தில் செல்பியாய் சில படங்களும் எடுத்துக் கொள்கிறேன்

நடு இரவிற்கு முன்னமே கதவை இடிக்கும் சப்தம் தூக்கத்தைக் கலைத்து விட்டது. பிளிறல் சப்தம் போல் ஏதோ கேட்டமாதிரியிருந்தது. கதவருகில் நின்றிருந்தார் சவுந்தர் .

“நல்லாத் தூங்கிட்ட போல. பக்கத்திலே யானை நடமாடிட்டிருந்துச்சு. இப்போ பக்கத்திலே எங்கியோ கதவெ இடிச்சிட்டுருக்குது”

சூரியன் வெம்மையாக்கிய காலையில் அதன் துவம்சத்தைக் கண்டேன். தொட்டிச்செடிகள் சேதமாகியிருந்தன. கீழ்ப்பகுதி அறைகளில் ஒன்றின் கதவு சிதைந்து தொங்கிக் கொண்டிருந்தது. பிளைவுட் பலகைகள் சிதைந்து தொங்கின. மூங்கில் படல்கள் பிய்ந்து கிடந்தன. செடிகள் நசுங்கி வாடிக்கிடந்தன. அதன் பச்சையம் வேறு நிறமாய் மாறியிருந்தது.

“வந்தது ஒன்னா ரெண்டா”

“பாத்தவங்க மூணுங்கறாங்க”

காடு பயத்தை மீறி யாரையும் உள்ளிழுத்துக் கொள்ளும். கால்கள் எங்காவது போக தத்தளித்தன. அதன் வெளிச்சமும் சலசலப்பும் அழைத்துக் கொண்டேயிருந்தன, சவுந்தர் எங்கேயும் போய் விடக்கூடாது என்பதை வலியுறுத்திக் கொண்டே இருந்தார்

மூன்று நதிகள்

“எப்போ எது நடமாடுன்னு சொல்ல முடியாது. கண்லே தட்டுப்பட்டா என்ன பண்ணுனு சொல்ல முடியாது. ரூமுக்கு வெளிய இருக்கற படலுக்குள்ளாற் மூஞ்சியெ வெச்சிட்டு பாத்திட்டிரு”

பகலில் யானைத்தாவளம் போய் யானைகளுக்கு உணவூட்டுவதைப் பார்த்துக் கொண்டிருந்தேன். மாவுத்தன் கக்கா பிக்கா என்று யானைகளுடன் ஏதோ பேசி உணவு தந்தார். நாற்பது வயது முது யானை ஒன்றும் தள்ளாடியபடி இலைக் கொத்துக்களை அள்ளிக் கொண்டது. மற்றவை ஏழெட்டு இருந்தன. கேழ்வரகுக் களி, கொள்ளு உருண்டைகள், பாசிப்பயிறு உருண்டைகள், வாழைப்பழங்கள் என்று தந்தார்கள். நூறு கிலோ முதல் முந்நூறு கிலோ உணவு வரை யானை சாப்பிடும். மாவுத்தன் கொடுத்தது இருபத்தைந்து கிலோ கூட வராது. காட்டில் மேய்ந்து பசியாறிக் கொள்ளும் என்றார் சவுந்தர். கேழ்வரகுக் களி உருண்டையை ஒரு யானை நிராகரித்தே வந்தது. அஷ்ட சூரணம் என்று ஒரு உருண்டையை அதற்கு மாவுத் தந்தார். கக்கா பிக்கா என்று அதைத் திட்டுவது போலவும் ஆறுதல் சொல்வது போலவும் ஏதோ பேசினார். அவர்களுக்கு இடையிலான ஏதோ கக்கா பிக்கா மொழி தெப்பக்காட்டில் கொஞ்சநாள் இருந்தால் புரிந்து விடும்.

தங்கியிருந்த இடத்தில் யானை வந்து செய்த களேபரத்தைப் பற்றி பேச்சு வந்தது. யானைகள் காட்டில் திரிந்து எதையாவது சாப்பிடும் போது உப்பு தேவைப்படும். குடியிருப்புகளுக்குள் அவை நுழையும் போது முதலில் உப்பைத்தான் தேடுமாம். யானையின் கனவில் புலிகள் வந்து பயமுறுத்தும். அது தூக்கத்தில் இருந்து விழித்ததும் புலி எதிரில் இருப்பதாய் கற்பனை செய்து கொண்டு எதிரில் இருப்பதையெல்லாம் துவம்சமாக்குமாம்.

“புது கற்பனையா... செய்தியா”

“கேள்விப்பட்டதுதா”

“நேத்தைக்கு உப்பைத் தேடித்தா வந்திருக்குமா... முயலுக்கு உப்பு தேவையில்லையா”

“பெரும்பாலும் எல்லா பிராணிகளும் எலை தளையின்னு சப்புன்னு சாப்புட்டது போதாதுன்னு உப்பு கறடெத் தேடிப்போயி நக்கிக்கும். நாம இங்க வந்து மானுக்கும், முயலுக்கும் நாக்கைத் தொங்கப்போட்டு அலையற மாதிரி”

முயல் கறியுடன் அறைக்கு வந்த ஆதிவாசித் தோழர் பாலித்தீன் பையில் முயல் கறியைக் காட்டினார். பாலிதீன் பையினூடே ரத்தத் துளிகள் மினுங்கின.

“என்னமோ வேட்டையாடிக் கொன்னுட்டன். கயித்துச் சுருக்கிலே அகப்பட்டது. ஆனா தோலை உறிச்சுப் பாத்தப்போ அது கர்ப்பமா இருக்கறது தெரிஞ்சிச்சு. சங்கடமா இருந்துச்சு”

மெதுமெதுவான பனிக்கட்டி போன்ற முயலின் கர்ப்பத்திலிருந்தக் குட்டி இன்னும் மிருதுவாக இருந்திருக்கும் என்ற நினைப்பு வந்தது. கறி சுவைக்காக அதைக் கர்ப்பத்திலேயே கொன்றிருக்கிறோம் என்பது ஞாபகம் வந்தது. யானையின் கோபமான பிளிறல் எங்கோ கேட்பது போலிருந்தது.

யானை களேபரம் செய்து விட்டுப் போனதில் நியாயம் இருப்பதாகத் தோன்றியது.

தீராநதி

ஒரு கோடி மெழுகுவர்த்திகள்

வலது கை பட்டு மெழுகுவர்த்தி பாக்கெட் கீழே விழுந்த மொசைக் தரைச் சப்தத்தினூடே மின்சாரம் போய் அப்பகுதி இருளடைந்தது... அவள் நின்றிருந்த சூப்பர்மார்க்கெட் "மாலி"ன் இரண்டாம் தளம் முழுவதும் இருட்டாகி விட்டது.

"உலகம் இருண்டு விட்டது" பூனையாய் கண்களை மூடியிருந்தாள் சுகன்யா.

கைபேசி ஒளிர்ந்து "கண்ணம்மா... கண்ணம்மா..." என்றது. இந்த சமயத்தில் கைபேசியை எடுத்து பேசிவிடக்கூடாது. எடுக்கவில்லையென்றால் வகுப்பில் இருப்பதாக நினைத்துக் கொள்வர். அது சவுகரியம். எடுத்துவிட்டால் கல்லூரியில் இல்லை வெளியில் இருப்பதாய் காட்டிக் கொடுத்து விடும். வேண்டாம். எடுத்துப் பேசி மாட்டிக் கொள்ள வேண்டாம்.

கைபேசியை எடுத்து "செல்பி" என்று ஒரு படம் எடுத்துக் கொள்ளலாம். அது சூப்பர் மார்கெட்டில் இருப்பதையோ, வேறு எங்கோ இருப்பதையோ காட்டிக் கொண்டாலும் பரவாயில்லை. அய்ந்து மெகாபிக்சல்கள் இருக்கும்படி போர்ட்ராய்ட் எபெக்ட்டுடன் ஒரு புது கை பேசி வாங்கி

விட வேண்டுமென்பது அவளின் சமீபக் கனவாகி விட்டது.

தொடாமல் பார்க்கவும் என்று அகழ்வாரய்ச்சிக் கூடங்களில் இருப்பது போல் தொங்கும் போர்டுகள் இல்லாமல் இப்போதைய பெரிய மளிகைக்கடைகளும் சூப்பர் மார்க்கெட்டுகளும், மால்களும் இருப்பதாய் சுகன்யாவிற்குத் தோன்றும். மளிகைக் கடையென்றால் "என்ன அண்ணாச்சி" என்று பேசிக் கொண்டே நாலு அரிசிமணியை வாயில் போட்டுக் கொள்ளலாம். புளித் துணுக்கை எடுத்துப் பிய்த்துப் போட்டுக் கொள்ளலாம்.பெரிய இடங்களில், கடைகளில், மால்களில் அதெல்லாம் இல்லாமல் போய் விட்டது. எல்லாம் பிளாஸ்டி பைகளுக்குள்ளும், அட்டைப் பெட்டிகளுக்கும் அடைபட்டுப் போய் விட்டது. எதையும் கண்ணில் பார்ப்பதோடு சரி. என்ன ஏதாச்சும் செய்யேன் என்று அவை சவால் விட்டபடி இருக்கும். அடுக்குகளில் விரிந்து கிடக்கும் பிளாஸ்டி பொட்டலங்களையும் டப்பாக்களையும் பார்த்துக் கொண்டிருந்தாள் சுகன்யா. அந்த "நேத்ரா மாலில்" பிளாஸ்டிக்கின் ஆதிக்கம் அதிகம் என்பது போல் எல்லாம் பிளாஸ்டிக் பையினுள் மலிந்து கிடந்தன.

அப்போதுதான் மின்சாரம் தடைபட்டு மீண்டு வந்ததால் அங்கிருந்த இருட்டு விலகி அவளுக்கு மெழுகுவர்த்தியை ஏற்றி வைத்த மாதிரி சிறிய பரவசம் வந்தது. மெழுகுவர்த்தி வீட்டில் இல்லாதது பற்றி அம்மா சொன்னது ஞாபகம் வந்தது. எப்போது வேண்டுமானாலும் போகும் வரும். அதுதான் மின்சாரம்.

எதிரிலிருந்த வரமிளகாய் பொட்டலத்தின் விலை அவளை பயமுறுத்தியது. மிளகாய் அரைக்கிற பழக்கமெல்லாம் போய் விட்டது பற்றி அம்மா போன வாரம் சொல்லிக் கொண்டிருந்தாள். இப்போது எல்லாம் பொட்டலமாகக் கிடைக்கிறது. மசாலா பொடியில், மிளகாய் பொடியில் செங்கல் தூள் இருப்பதாய் அதை அம்மா சமைக்கத் தூவும் போது சுகன்யா நினைப்பாள். ரசமோ, சாம்பாரோ கொதிக்கிற போது வரும் மணம் அவளுக்குப் பிடித்திருந்தது. செங்கல்லை அப்போதெல்லாம் அவள் நிராகரித்தே மணத்தை நுகர்வாள்.

"செங்கல் கலந்ததுக்கே இந்த மணத்தை இப்பிடி ரசிக்கறையே.

உங்க பாட்டி செஞ்சு குடுக்கற மிளகா, கொத்துமல்லிப் பொடின்னா அதுக்குள்ளயே வுழுந்து கெடப்பே நீ" அம்மாவுக்கு உதவுவதோடு சரி. முழுமையாக ஒரு நாள் கூட சமைத்ததில்லை அவள்.

"நல்லா சமையல் பண்ணுனா புருசன்னு எவனையாவது கண்டுபுடுச்சு எவன்கிட்டையாச்சும் துரத்திருவேன்னு பயமாடி. காலேஜ் படிக்கற பொண்ணு பாடத்தோட இதுவும் கத்துக்கணும்" என்று அம்மா கூட சொல்லியிருக்கிறாள்.

அவளின் தலை வலது பக்கம் திரும்பிய போது அவளைப் பார்த்த கறுப்புக் கண்ணாடிக்காரன் பார்வையைத் தாழ்த்தி ஹார்லிக்ஸ் பாட்டிலுக்குள் புகுத்திக்கொண்டான். முந்நூற்று அறுபது டிகிரி கோணத்தில் தலையைத் திருப்பினால் இது போல் பல கறுப்பு, சாதாரண கண்ணாடிக்காரர்கள் தென்படுவர். வெகு பாதுகாப்பாக இருப்பதற்காக வந்த இடம் என்பதை தனக்குள் சொல்லிக் கொண்டாள். "இல்லை. பாதுகாப்பில்லையோ" முணகிக் கொண்டாள்.

இடது பக்கத்தில் முக்கால் பேண்ட்டும், டாப்ஸ்சும் அணிந்திருந்த பெண்மணி இரண்டு வயது குழந்தையை தரதரவென்று இழுத்துக் கொண்டு சென்று கொண்டிருந்தாள். அக்குழந்தை கையில் சாக்லெட் பார் ஒன்று இருந்தது.

"இன்னொன்னும்மா" என்று குழறியது அது.

சென்றதரம் வந்திருந்த போது இப்படித்தான் முக்கால் பேண்ட்டும் டாப்சும் அணிந்த பெண்ணொருத்தி கனிஷ் கனிஷ் என்று கத்தியபடி திரிந்து கொண்டிருந்தாள்.

"வீட்டுக்காரரா"

"அவரெ இவ்வளவு மரிதையா கூப்படணுமா என்ன"

"பின்னே"

"மை சன். அய்ஸ்கிரீம் வாங்கறப்போ எங்க போனானோ"

அய்ஸ்கிரீமை வாயில் வைத்தபடியே முக்கால் பேண்ட்காரி சொன்னாள். அய்ஸ்கிரீமை சுவைத்தபடியே குழந்தையைத் தேடினாள்.

சுகன்யாவிற்கு முக்கால் பேண்ட்டும், டாப்சும் போட ஆசைதான். ஆனாலும் அப்படியெல்லாம் போட்டுக் கொண்டு சேரியிலிருந்து கிளம்பி விடமுடியாது. படிப்பு முடிந்து வேலைக்குப் போய் விட்டால் அதெல்லாம் முடியும்.

சுகன்யா பேருந்தை விட்டு இறங்கியதும் இன்றைக்கு கல்லூரிக்குப் போவதில்லை என்று முடிவு செய்திருந்தாள். இரசாயன வகுப்பு அசைன்மெண்ட் முடித்திருக்கவில்லை. போனால் முடிக்காததற்காக அபராதம் கட்டவேண்டும். போகாமல் இருந்தால் கல்லூரிக்கு வராதததற்காகப் அபராதம் கட்டவேண்டும். இரண்டும் ஒன்றுதான். அதற்காய் வீட்டில் இருக்க முடியாது.

இன்றைக்கு வீட்டில் இருக்க முடியாததற்கு வேறு காரணம் இருந்தது. எப்போதும் வீட்டில் இருக்க முடியாததற்கு இருக்கும் காரணம் அவள் அப்பா டாஸ்மாக் வாசனையோடு வீட்டில் இருப்பார் என்பதுதான். அரசு கஜானாவை நிரப்பும் பொறுப்பானக் குடிமகன் என்று அவர் பொறுப்பாய் நினைத்துக் கொள்வார். இன்றைக்கு வீட்டில் இருக்க முடியாததற்கு காரணம் இருந்தது அப்பாவை ஜாமீனில் எடுக்க அம்மா காவல் நிலையம் செல்கிறாள். நீயும் வாயேன் என்று கூப்பிட்டு போய் அங்கே நிற்க வைத்து விட்டால் சிரமமாக நெளிந்து நின்று கொண்டிருக்க வேண்டும். அதுதான்.

அப்பா ராம்ராஜ் இருபத்தைந்து வருடங்களாகக் குடித்துக் கொண்டிருப்பவர். முன்பெல்லாம் கள்ள சாராயம், பாலக்காட்டு கள்ளு, நம்பியாம்பாளையம் ஒரு மரத்துக் கள்ளு என்றெல்லாம் குடித்துக் கொண்டிருப்பார். டாஸ்மாக் என்று வந்த பின் வார்த்தை மாறாதவர் மாதிரி வேறு எந்தக் கடைக்கும், வகைக்கும் மாறாதவர். போனவாரம் அவர் வாங்கின குவார்டர் சரக்கிற்கு அய்ந்து ரூபாய் அதிகம் வாங்கினார்கள் என்று டாஸ்மாக் கடை வாசலில் உட்கார்ந்து போராட்டம் நடத்துகிறேன் என்று இருந்தவரை யாரோ வீட்டிற்கு தள்ளிக்கொண்டு வந்து

போட்டு விட்டுப் போனார்கள். உடம்பில் கொஞ்சம் சாரு காயம் இருந்தது. யாரோ அடித்திருக்க வேண்டும். அதெல்லாம் இல்லை என்றுதான் சொன்னார். அன்றைக்குத் தூங்கி எழுந்தவர் சுகன்யாவிடம் பேப்பர் ஒன்றை வாங்கி எழுதிக் கொண்டே இருந்தார்.

“என்னப்பா... மனுவா...”

“போராட்ட அறிவிப்புக்கு முந்தின ஏற்பாடு”

“அப்பிடின்னா...”

“மொதல்லே தலைமைச் செயலகத்துக்கும், சூப்பரெண்ட் ஆப் போலீஸுக்கும் ஒரு மகஜர் அனுப்பறன்”

“என்ன சாராம்சம் அப்பா. ரேசன் கடையிலெ *1* கிலோ பிளிச்சிங் பவுடர் வாங்குனாத்தா *5* கிலோ கோதுமை போடறம்ன்னு சொல்றாங்களே அதைப்பத்தியா...”

“அது உங்க கோரிக்கை. எங்க கோரிக்கைன்னு தனியா இருக்குதில்லெ...”

“அப்பிடியா”

“கேட்டு தெரிஞ்சிக்க. ஒண்ணு வாங்கற சரக்குக்கு பில்லு கொடுக்கணும். ரெண்டு. கேமரா பொருத்தி வெக்கணும். சரக்கு போட்டுட்டு பிளாட் ஆகிறவங்கிட்ட பர்ஸ், செல்போன், நகைன்னு திருடறவங்களெ புடிக்கணும். அதுக்கு கேமரா வேணும். ஜெனரேட்டர் இல்லாத பாருக்கு லைசென்ஸ் தரக்கூடாது. பவர் இல்லீன்னா, கரண்ட் போயிருச்சுன்னா குடிச்சுட்டு டேபிள்லெ வெக்கற சரக்கு காணாமெப் போயிருது. பார்ல குடிச்சிட்டு வெளியெ வர்றவங்க வண்டியோட்டுனா புடிக்கறாங்க. இது செரியில்லே. பாருக்குள்ள விக்கற சாமன்களுக்கு வெலை நிர்ணயம் வேணும். சாக்னா அயிட்டம், டம்ளர் எல்லாத்துக்கும்...”

எழுதிவிட்டு சுகன்யாவிடம் ஸ்டாம்ப் கேட்டார். அவள் பர்ஸில் தேடி எடுத்த போது அய்ந்து ரெவின்யூ ஸ்டாம்புகளும், ஒரு

அய்ந்து ரூபாய் ஸ்டாம்பும் இருந்தன. இந்த வாரம் ஸ்காலர்சிப் வருமென்று ரெவின்யூ ஸ்டாம்ப்புடன் காத்திருந்தாள் அவள். "ஒரு அஞ்சு ரூபா ஸ்டாம்பு தா இருக்கு"

"ரெவியூ ஸ்டாம்பு ஒட்டலாமே. குடிமகன்க ஏதாச்சும் ஸ்டாம்ப் ஒட்டுனா போதும்"

"பார்லிமெண்ட்லே அதுக்கு சட்ட திருத்தம் கொண்டார இன்னொரு மனு எழுதுங்கப்பா" இருந்தது ஒரு அய்ந்து ரூபாய் ஸ்டாம்ப்.

அய்ந்து ரூபாய் ஸ்டாம்ப் ஒட்டி யாருக்கு அனுப்பினார் என்று தெரியவில்லை. ஒரு வாரம் கழித்து காவல்துறையிலிருந்து வந்து அழைத்துக் கொண்டு போனார்கள். தொலைபேசி செய்து கைதாகிவிட்டதாகத் தகவல் சொன்னார்கள். குடித்து விட்டு ரகளை செய்ததாகச் சிறையில் அடைப்பதாகச் செய்தி சொன்னார்கள். அவர் எழுதிய மனுதான் அவரை சிறையில் அடைத்து விட்டது என்று அம்மா கூட சொன்னாள். கொஞ்சம் காசு தயார் பண்ணி அப்பாவை மீட்க அம்மா இன்று காவல் நிலையம் செல்கிறாள்.

பனியன் கம்பனிக்கு பீஸ் மடி வேலை சம்பளம் இன்று இல்லாமல் போகும் அவளுக்கு. மங்கலம் கிராம வங்கிக்குப் போய் விவசாயக் கடை என்ற பெயரில் நகைக் கடனாய் காசு வாங்கி வந்திருந்தாள். அம்மா கருமத்தாம்பட்டிக்கு வேறு இன்று போவதாகச் சொல்லியிருந்தாள். சித்தியைப் பார்க்க. அவளின் கிராமத்தில் அவளையும் சேர்த்து 49 விதவைகள் இருந்தார்கள். அதுவும் மதுவால் செத்துப் போனவர்களின் மனைவிமார்கள் அந்த 49 பேர். "உங்கப்பா என்னையும் அந்த லிஸ்ட்லே சேர்த்திடுவார் போல இருக்கு" என்று சொல்லி பல தரம் அழுதிருக்கிறாள்.

அம்மாவுக்கு தொலைக்காட்சியில் இந்திப்படங்கள் பார்க்கப் பிடிக்கும். "யாதோங்கி பாராத்" காலம் தொட்டு இந்திப்படங்களை விரும்பிப் பார்ப்பதாகச் சொல்வாள். வசனங்கள் புரியாவிட்டாலும் முழுக்கதையைத் தெரிந்து கொண்டவள் மாதிரி சொல்வாள்.

“மொகலே ஆசம்” அவளுக்குப் பிடித்த படம். அதில் வரும் வசனம் ஒன்று அவளுக்குப் பிடித்திருப்பதை அடிக்கடி சொல்லிக் கொள்வாள்; “இரவில் எரியும் மெழுகுவர்த்திகள் பகலில் அணைத்து விடப்படுவது ஏன் தெரியுமா. அவை இரவின் ரகசியங்களை பகலிற்குத் தெரியப்படுத்தி விடக்கூடாது என்பதற்காகத்தான். நீயும் அது போல வாயை மூடிக் கொண்டிரு” என்பான் சலீம் அதில்.

“அது போல் ஊட்டு ரகசியங்கள்ன்னு என்கிட்டே பொதஞ்சு கெடக்கு” என்பாள்

“இது எப்பிடி உனக்குப் புரிஞ்சுது அம்மா”

“எங்கையோ படிச்சது அந்தப்பட வசனம். மனசிலே நின்னுடுச்சு. வாழ்க்கையோட இருட்டு மாதிரி”

”மாலி”ல் மின்சாரத் தடை சட்டென பயமுறுத்தியது. இருட்டைக் கண்டால் அவளுக்கு எப்போதும் பயம்தான். வீட்டில் நைட் லேம்ப் சாதாரணமாக மாலையானால் எரிய ஆரம்பித்து விடும். இரவு முழுக்க எரியும். குறைந்த வெளிச்சம் இல்லாமல் அவளால் தூங்க முடியாது. இருட்டு வெகுவாய் குறைந்த வெளிச்சம் என்று சொல்லிக் கொள்வாள்.

சட்டென மின்சாரம் போய் இருட்டு ஆக்கிரமித்தது. உடனே ஜெனரேட்டர் போடுவார்களே. காணோம். எல்லாம் இருட்டில் கிடந்தன. எதிரில் மெழுகுவர்த்தி பெரியசுருளாய் கிடந்தது, இவ்வளவு பெரிய சுருளை வாங்க அவளிடம் காசு இல்லை. அம்மா மின்வெட்டு சமயங்களில் பெரிய பெரிய மெழுவர்த்திகளை வாங்குவாள். அவை உருகி மீண்டும் அவையே வளர்கிற மாதிரி, விறகுக்கட்டை போல என்று வகை வகையாய் வாங்கிக் கொண்டு வருவாள். மாத மளிகைச் சாமான் சரக்குப் பட்டியலில் மெழுகுவர்த்தியை சேர்த்து நான்கு வருடங்களாகின்றன.

சோமனூர் சித்தியை கடைசியாகப் பார்த்தபோது ஒரு தேவாலயத்தின் முன்புறம் மெழுகுவர்த்தி விற்றுக் கொண்டிருந்தாள். அவள் மனநலம் பாதிக்கப்பட்டவளாக ஒரு விடுதியில் இருந்த

போது அங்கு தயாரிக்கப்படும் மெழுகுவர்த்திகளை ஞாயிறு அன்று தேவாலயம் முன் கொண்டு வந்து விற்பார்கள். அய்ந்து வருடம் விடுதியில் இருந்தவள் செத்துப்போனாள். அவளின் மகள் தங்கம் திருமணம் வெகுவாகத் தடைபட்டு அவள் சொந்த சாதியை விட்டு கல்யாணம் செய்து கொண்ட பின்பு சித்தப்பா நோயாளியாகிவிட்டார்.

தேவாலயங்களில் மெழுகுவர்த்திகளைப் பார்க்கிறபோது ஆச்சர்யமாக இருக்கும் அவளுக்கு. பகல் நேரத்திலும் எதற்கு இப்படி எரிந்து உருகுகின்றன. இதுவே இரவு நேரம் என்றால் மின்சாரத்தைத் துண்டித்து விட்டு கூட வேடிக்கை பார்க்கலாம்.

பள்ளியில் படிக்கும் போது வேளாங்கன்னிக்கு சுற்றுலா சென்றிருந்தாள். வகை வகையாய் மெழுகுவர்த்திகளை அங்குதான் பார்த்தாள். கடற்கரையிலிருந்து பார்க்கும்போது தேவாலயம் பெரிய மெழுகுவர்த்திகளை சேர்த்து நிறுத்தி வைத்த மாதிரி இருந்தது. ராட்சத மெழுகுவர்த்திகளாய் தேவாலய கோபுரங்கள் நிற்பதாய் தோன்றியது.

நிர்ப்பயா மரணத்தின் போது உள்ளூரில் கல்லூரி மாணவிகள் நடத்திய ஊர்வலங்களில் மெழுகுவர்த்தி ஏந்தித்தான் போராட்டம் நடந்திருக்கிறது. இரண்டாம் ஆண்டு பவுதீகம் படித்த செல்வராணி மீதான பாலியல் வன்முறையில் அவள் இறந்த போதும் மெழுகுவர்த்தி ஏந்திப்போராட்டம் நடைபெற்றது. அவள் இருந்த வீட்டு சொந்தக்காரன்தான் அப்படிச் செய்தவன்.

அடுத்த வரிசைக்கு வந்திருப்பதாக உனர்ந்தாள். இந்த வரிசையில் குழந்தைகளுக்கான பொருட்கள். வெவ்வேறு வகையான சோப்புகள், வெவ்வேறு வகையான பவுடர்கள், சிறுசிறு விளையாட்டுப் பொருட்கள் வெகு ஒழுங்கமைப்புடன் இருந்தன. இதில் எதுவும் உபயோகித்து தான் வளர்ந்தவளில்லை என்று சொல்லிக் கொண்டாள். ஒரே ரக சோப் வாழ்க்கை முழுவதும், ஒரே ரக சோப்பால் குடும்பத்திலிருப்பவர்களுக்கும் என்று ஒரு ஜென்மம் சென்று விட்டிருக்கும். அவள் வேலைக்குப் போயாவது அடுத்த தலைமுறைக்கான புதிய சோப்பை வாங்க வேண்டும் என்று பலதரம் நினைத்திருக்கிறாள்.

மூன்று நதிகள்

"அமெசான் காட்டு மூலிகையிலிருந்து தயாரான சோப்பாக வாங்க வேண்டும்"

புருக் மாலில் இருக்கும் பொம்மைகள் கையில் இருக்கும் துணியோ, பையையோ காட்டி வாங்குங்கள் என்று சொல்வது போல் அசைவுகள் கொண்டதாய் புதிதாய் வடிவமைக்கப்பட்டிருப்பதாய் அஞ்சலி சொல்லியிருந்தாள். இன்றைக்கு அதைப் பார்க்க புருக் மாலுக்குப் போயிருக்கலாம். புதிதாய் ஏதாவதை மாலில் பார்த்ததாக அஞ்சலி போல் பீற்றிக்கொள்ள வாய்ப்பு கிடைத்திருக்கும்.

யாருடைய கண்களோ தன் மீது படர்ந்திருப்பது போல் பட்டது. கண்களைத் தாழ்த்தியபடியே கழுத்தைத் திருப்பிப் பார்த்தாள். யாரும் தென்படவில்லை. கழுத்தின் பின்பக்கம் கண்காணிப்பு கேமரா இருந்தது. தன்னை பலருக்கும் அது காட்டிக்கொண்டிருக்கும். யாரும் தன்னைப் பார்க்கவில்லை. தான் தனிமையாக்கப்பட்டவள். யாரும் அவளைத் தொந்தரவு செய்ய முடியாது என்று நினைத்திருந்தவளுக்கு பின்பக்க கண்காணிப்புக் காமிரா சுரீரென்று மண்டையில் எதையோ போட்டு விட்டுப் போனது. தன்னை இங்கு வந்ததிலிருந்து இது பின்தொடர்ந்து கொண்டே இருக்கிறதா. தனியாக இருப்பதாய் இறுமாந்திருந்தவளுக்கு பலர் வேடிக்கை பார்க்கிற விசமாகி விட்டதா. திக்கென்றிருந்தது. இப்படி மால்களில் திரிகிற போது யாராவது என்ன வேணும். உதவலாமா என்று கேட்டால் எரிச்சலுடன் தயாராக பதிலை வைத்திருப்பாள். அவர்களைத் தவிர்த்து விடுவாள்.

பிளாஸ்டிக் பைகளில் பரோட்டாவும், சப்பாத்தியும், தாளித்த சேமியாவும் கூட இப்போதெல்லாம் இங்கே தென்படுகின்றன. ஆனால் குறைந்த கைப்பணம் அதன் மீதெல்லாம் ஆசையை வளர்க்க விட்டதில்லை. கையிலிருக்கும் சின்ன நாரத்தங்காய் இலை மடிப்பு நாலு வாய் சாதத்தை குவித்திருக்கும். அது போதும். அம்மாவிடம் காசு கேட்பது அழுகையைக் கொண்டு வந்து விடும் அவளுக்கு.

மளிகைச் சாமன்களின் குவியல் கண்களிலிருந்து அகலவில்லை.

அவள் நிற்கிற இடத்திலிருந்து நாலு அடி தள்ளி ஒரு அறை என்று தொனிக்கும் வகையில் கதவொன்று இருந்தது. மின்வெட்டு இருளாக்கும் நேரத்தில் யாராவது ஒரு எம்பு எம்பி உள்ளேத் தள்ளி விட்டால் போது அறைக்குள் சென்று கிடக்க வேண்டும். இருட்டுக்குள் நடப்பது நல்லதாக இருக்காதே. பயம் உடம்பை உலுக்கி நகரச்செய்தது. தனியாக திரைப்படம் பார்க்கப்போன ரோசி அப்படித்தான் கழிப்பறையில் ஆடைகள் அலங்கோலமாக்கப்பட்டுக் கிடந்தாள்.

சட்டென இதெல்லாம் நினைக்கையில் உடம்பு தெப்பலாய் வியர்வையில் நனைந்து விட்டதை கழுத்தில் இருந்த கசகப்பால் உணர்ந்தாள்.

செத்துப் போய் விடுபவர்களை நினைவு படுத்துவதற்குத்தான் மெழுகுவர்த்திகளா... நிர்ப்பயா, ரோசி, செல்வராணி என்று வன்கொடுமையில் செத்துப் போனவர்களுக்காக மெழுகுவர்த்தி களை ஏந்தி ஊர்வலம் போயிருக்கிறாள். இப்படி தனிமையில் எங்காவது சிக்கிக் கொண்டால் தனக்கும் மெழுகுவர்த்திகளை யாராவது ஏந்த வேண்டியிருக்குமா. உடம்பு நடுங்க ஆரம்பித்தது.

இரண்டு மூன்று முறை வெளிச்சம் வந்து பத்து நிமிடங்களுக்கொரு முறை மின்சாரம் தவறியதைச் சொன்னது. ஜெனரேட்டர் ஏதோ சிரமத்திலிருக்க வேண்டும்... இருட்டில் மால் மூழ்கி மெதுவாக அவ்வப்போது உயிர் பெற்றுக்கொண்டிருக்கிறது. ஆனால் கண்காணிக்கப்படுகிறோம் என்ற உணர்வும், ஏதாவது தாறுமாறாய் நடந்து விட்டால் என்னவாவது என்ற கவலையும் அவள் உடம்பைச் சட்டென நடுங்கச் செய்தது. மாலுக்குள் நுழைகிற போது தப்பித்தலாய், பாதுகாப்பாய் இருப்பதாய் உணர்ந்திருந்தாள். இப்போது எல்லாம் மாறி விட்டது போல் உடம்பில் வியர்வை பெருகெடுத்தது.

அப்பாவிற்காக இன்று காவல் நிலையம் சென்றிருக்கும் அம்மா, அவளுக்காகவும் அப்புறம் காவல் நிலையம் செல்ல வேண்டியாகி விடும். உடம்பு பதற ஆரம்பித்தது.

கல்லூரிக்குப் போகத் தோன்றாத போதெல்லாம் ஏதாவது

மாலுக்குள் வந்து புகுந்து கொள்வாள். இப்போது நகரில் நான்கு மால்கள் வந்து விட்டன. பழைய சூப்பர் மார்க்கெட்டுகள் சோபை இழந்து விட்டன. அவற்றில் இரண்டு டாஸ்மாக் பார்களாகி விட்டன. மால்களில் நல்ல குளிர்சாதனங்கள் உள்ளன. இரண்டு மணி நேரமாவது உடம்பிற்கு உறுத்தல் இல்லாமல் கழிந்து விடும். சும்மா வெளியே போகக் கூடாது என்று ஏதாவது நோட்டுப் புத்தகத்தையாவது வாங்கிக் கொண்டு கிளம்பி விடுவாள். இன்றைக்கும் நோட்டுப் புத்தக வாங்க அவளிடம் காசு இருந்தது. குண்டு மெழுகுவர்த்தி வாங்க காசு இல்லை.

எதிரில் இருக்கும் மெழுகுவர்த்தியை எடுத்து பற்ற வைக்கக் கூட தீப்பெட்டி வேண்டும். மின்சாரம் வரும் வரை கொஞ்சம் இருட்டில்தான் இருக்க வேண்டும். அது கொஞ்சம் பயத்தைக் கொண்டு வந்திருந்தது அவளுக்கு. ஜோசப் அவளை கல்லூரி காண்டீனில் தொட்டபோது ஏற்பட்ட பயம் போல மெல்லக் கிளம்பியது.

பாட்டிக்கு அப்படியொரு பழக்கம் எப்படி ஏற்பட்டதென்று தெரியவில்லை. கோபமாய் இருக்கும் சமயங்களில் எரியும் மெழுகுவர்த்திச் சொட்டுகளை விசிறி கையில் பட வைத்து விடுவாள். கை எரியும். அவள் சொல்வதைக் கேட்காததற்கு தண்டனை போலச் சொல்லிக் கொள்வாள். அது எரிந்து உருகி நிலைகுலைந்து போவதைப் பார்த்துக் கொண்டிருப்பாள். ஆனால் பாட்டியின் சமையல் அபாரமாக இருக்கும். மெழுகுவர்த்தி சிதறலில் சந்தோசம் கொள்ளும் பாட்டி சமையலில் ஆச்சர்யம் தருபவளாக இருப்பது அவளுக்கு வியப்பே தரும்.

மின்சாரம் தவறிய இருட்டு சூழ்ந்து கொண்டது. இந்த இருட்டில் எத்தனை நேரம் நிற்பது. இருட்டில் எது நடந்தாலும் அபாயகரமானதாக இருக்கும். யாராவது மெழுகுவர்த்தி ஏற்றி வைத்து வெளிச்சம் காட்டினால் பரவாயில்லை என்பது ஞாபகம் வந்தது. இருட்டு அவளை பயமுறுத்தி உடம்பை நடுங்கச் செய்தது.

சட்டென வெளிச்சம் பரவி பலநூறு மெழுகுவர்த்திகளை ஒன்றாய் பற்றவைத்தது போல் இருந்தது. மின்சாரம் வந்து

விட்டது. மறுபடியும் போகும். வரும் அதுதான் மின்சாரம். இது என்ன விளையாட்டு. இருட்டு போய் வரும் இந்த வெளிச்சம் எல்லாவற்றையும் நல்லதாக்கி விடும். அப்பா விடுதலையாகி வந்து விடுவார். அம்மா இந்த வாரம் பனியன் கம்பனியில் முழு வாரச் சம்பளம் வாங்குவாள். காலர்ஷிப் இந்த வாரம் வந்து விடும். பர்சிலிருக்கும் ரெவின்யூ ஸ்டாம்ப் அதை வாங்க சரியாகப் பயன்படும். அம்மாவுக்கு கொஞ்ச நாளைக்கு பாரம் குறையும். இப்படி கல்லூரிக்குப் போகாமல் பயந்து நிற்பதை உதறி விட வேண்டும் என்ற நினைப்பு வந்தது.

இப்போது ஒரு பீரியட் முடிந்திருக்கும். அடுத்த பீரியடில் கூட சேர்ந்து கொள்ளலாம். அசைன்மெண்ட் எழுதாதற்கு அபராதம் கூட கட்டிவிடலாம். இப்படி எங்கோ ஒளிந்து கொண்டிருப்பது பிரச்சினையைத் தீர்த்து விடாது. தப்பித்து மாலில் ஒளிந்து கொள்வதும், கொஞ்சம் பொழுது போக்குவதும் தற்காலிகமானதே. பிரச்சினையை எதிர்கொண்டுதான் ஆக வேண்டும். அம்மா பிரச்சினையை எதிர்கொள்ளாமல் இருந்தால் அப்பாவின் ஜாமீனுக்காக நகையை அடமானம் வைத்து காசு சேர்த்து இன்றைக்குப் போயிருக்க மாட்டாள். அப்பாவைப் புறக்கணித்து விட்டு குடும்பத்தை மனதில் கொள்ளாமல் இருந்தால் குடும்பம் நாசமாகி இருக்கும். அம்மா எல்லாவற்றையும் எதிர்கொண்டு சமாளித்து தானும் உயிரோடு இருக்கிறாள். தன்னையும் உயிரோடு வைத்திருக்கிறாள். எத்தனையோ ரகசியங்களை, வேதனைகளை, சந்தோசங்களை மனதுள் போட்டு மூடி வைத்துக் கொண்டு குடும்பத்தைக் காப்பாற்றுகிறாள்.கல்லூரிப்பிரச்சினைகளை எதிர் கொள்ள மனமில்லாமல் மாலுக்குள் ஒளிந்து கொள்வதால் பிரச்சினைகள் தீர்ந்து விடுமா என்ன... யோசனை வந்தது அவளுக்கு.

இன்றைய பிரச்சினையை நாளைக்காவது எதிர்கொண்டுதான் ஆக வேண்டும். அது கல்லூரி ஆக இருந்தாலும், வீடாக இருந்தாலும், கல்லூரி கேண்டீனாக இருந்தாலும்... கல்லூரி மாணவியாக, அம்மாவாக, பாட்டியாக எல்லாவற்றையும் சந்தித்தேயாக வேண்டும். இல்லாவிட்டால் மெழுகுவர்த்தி ஏற்றி வேடிக்கை காட்டி இரு நிமிடம் மவுனமாய் இருந்து, பின் கல்லூரி

மூன்று நதிகள்

வகுப்புப் பெயர் பட்டியலில் இருந்து அவள் பெயரை நீக்கி விடுவார்கள். குடும்ப அட்டையிலும் ஒரு கிலோ அரிசியும், கால் கிலோ சக்கரையும், இலவசப் பொருட்களும் பெற முடியாதபடி பெயர் இல்லாமல் போய் விடும். அங்கிருந்து உடனே வெளியேறி விடுவது என்ற தீர்மானத்தைத் திரும்பத்திரும்பச் சொல்லிக் கொண்டாள்.

அவள் குளிர் நிரம்பிய அந்த கட்டிடத்தை விட்டு உடனே மெல்ல வெளியேறும் போது மளிகைப் பொருட்கள் மெல்ல நழுவி தூரம் போயின. அப்பாவும், அம்மாவும் நெருக்கமாய் கூட இருக்கிற உணர்வு மெல்ல வந்தது. வெளிப்பகுதியின் வெளிச்சம் சூடாய் அவள் மீது இறங்கியது. பயத்தை உதறி விட்டு நடப்பது ஆசுவாசப்படுத்தியது.

மாலுக்கு வெளியே ஒரு கோடி மெழுகுவர்த்திகளின் கூட்டாய் சூரியனின் பிரகாசம் விரிந்திருந்தது. பகல் சூரியனின் வெப்பச் சூட்டை மீறி பாதுகாப்பாய் உணர ஆரம்பித்தாள்..

ஆனந்த விகடன்

பாரின் சரக்கு பாலிசி:

கூரியரில் மோதிரம் வந்தது.

அருணகிரிக்குக் கத்த வேண்டும் போலிருந்தது. கண்டேன் சீதையை என்று அனுமன் கத்தியது சம்பந்தமில்லாமல் ஞாபகம் வந்தது.

"அடப்பாவி கிளம்பீட்டியா" என்றுதான் கத்தினான். உடனே அவளைப் பார்க்கவேண்டும்போல் இருந்தது. கைபேசியை முடுக்கினான். மஞ்சள் சுரிதாரில் அவள் சிரித்துக் கொண்டிருந் தாள். அவள் தேவி. முப்பது வயதில் அவள் முகத்தில் இல்லாத அழகையெல்லாம் அவன் கண்டிருக்கிறான்.

தினம் நூறு குறுஞ்செய்திகள் அனுப்பிய காலம் உண்டு. பிரியலாம் என்று கூட ஒரு குறுஞ்செய்தியில் சொல்லித்தான் பிரிந்தார்கள். அனுப்பியவள் தேவி... குறுஞ்செய்தியும், இப்போது இந்தக் கூரியரும்... மோதிரம் போன்ற வஸ்து சுலபமாக திருடு போகாமல் கூரியரில் பத்திரமாக வந்து சேர்ந்தது அவனுக்கு ஆச்சர்யம் அளித்தது. தொலைந்திருந்தாலும் ரூபாய் அய்ந்தாயிரம் நஷ்டமாயிருக்கும். தொலைந்தது தெரியாமல்

கூட போயிருக்கலாம், மோதிரம் அவளிடம்தான் இருக்கிறது என்று அருணகிரி நினைத்திருப்பான். இப்போது தேவி உறவை முறித்துக் கொண்டது நிச்சயமாகி விட்ட்து..

"யூ டூ ஷரோன்" என்று வாய் விட்டுச் சொன்னான்.

அவளை ஷரோன் என்றுதான் கூப்பிடுவான். கூரியர் முகவரி பார்த்தான், மீண்டும் தேவி ஆகி விட்டிருந்தாள்.

தேவி பனியன் கம்பனி மெர்சண்டைசிங்கில் சேர்ந்தபோது அந்தப்பிரிவு மேனேஜர் "யூ டூ கம்பம்" என்றான். தேவி முழித்த முழிப்பில் சாயப்பட்டறைகள் மூட உத்தரவு இட்ட நீதிமன்றத்தின் தீர்ப்பைக் கேட்ட சாயப்பட்டறை தொழிலாளியின் திகைப்பு போலத்தான் இருந்த்து. அவனே விளக்கமும் சொல்லிவிட்டான் கேட்காமலே.

"உங்க ஊரும் கம்பமா... கம்பம் பள்ளத்தாக்கு எனக்குப் பிடிச்ச எடம். பச்சையாக எங்கயும் கெடக்கும் அந்த ஊர்லைருந்து எதுக்குப் பஞ்சம் பொழைக்க வர்றீங்கன்னுதா"

அருணகிரி அண்ணாமலை தீபம் ஊர்க்காரன். பல ஏக்கர் பரப்பளவில் இருந்த பனியன் கம்பனியில் இன்னொரு ஓரத்தில் பாக்கேஜ் செக்சனில் அவனுக்கு வேலை. வழக்கமான சந்திப்புகள். புன்முறுவல்கள்... அப்புறம் காபி ஷாப்புகள், சோடா ஹப்புகள். இண்டர்னெட் சென்டர்கள் என்று திரிந்தபோது பிரிவு அவஸ்தை தருவது என்பது தெரிந்தது..

ஊரின் மத்தியில் இருந்தது மொழிப்போர் நினைவுச் சின்னம். லேசாக மழைத் தூறிக்கொண்டிருந்து. ஒதுங்கி நிற்பதற்கு இடமில்லை என்பது போல் நினைவுச்சின்னத்தின் அருகில் ஒதுங்கிக்கொண்டார்கள். ஒரு தொழிற்சங்கம் அதன் அழுக்குத்தனத்துடன் ஓரமாய் நினைவுச் சின்னத்தையொட்டி யிருந்தது.

"அதென்னங்க அ நொண்டியடிக்குது"

"நானும் ஒரு நாள் ஆச்சர்யப்பட்டுத்தா ஒதுங்கிப் பாத்தேன்.

அப்புறந்த தெரிஞ்சது தமிழ் அ தா அது. அகரம். முதல் எழுத்து. இந்தி எதிர்ப்புப் போராட்டத்திலே செத்துப் போனவங்க நினைவுச் சின்னம் இது"

"பனியன் கம்பனி, ரெண்டு கட்டிங் டேபிள், ரெண்டு பவர் டேபிளுக்கு இருக்கற மரியாதை இந்த ஊர்லே எந்தச் சிலைக்கோ, எந்த நினைவுச் சின்னத்துக்கோ இல்லைதா..."

மழை சற்றே வலுக்கத் தொடங்கியிருந்தது. "இன்னும் கொஞ்சம் ஒதுங்கி ஏதாச்சும் சிலைக்கடியிலாச்சும் ஒதுங்கியிருக்கலாம்"

"ஒதுங்கறதே நம்ம பொழப்பாப்போச்சு, இன்னம் கொஞ்சம் தள்ளிப் போயிருக்கலாம்"

இன்னும் கொஞ்சம் தள்ளி அண்ணாவும் பெரியாரும் பக்கம் பக்கம் நின்றிருந்தார்கள். அவர்களின் தலைக்கு மேல் ஒரு கூடாரமும் உண்டாகியிருந்தது. அதில் எப்போதைக்குமாக கொஞ்சம் காவல் துறையினர் காவலுக்கு இருந்தார்கள். முன்பு நாலைந்து பேர். இப்போது அவர்கள் இருவராகியிருந்தனர். அண்ணாவும் பெரியாரும் இருவர். காவல்துறையினரும் இருவர் அவர்களின் காவலுக்கு. அங்கு கொஞ்சம் நின்று வலது பக்கம் பார்த்தால் குமரன் நினைவுச் சின்னம் இருந்தது. குமரன் நினைவுச்சின்னம் இருக்கும் இடத்திற்கு அருகாமையில் அண்ணா பெரியார் நிற்பது பலருக்குப் பிடிக்கவில்லை. குமரனுக்கு முக்கியத்துவம் இல்லை, மாற்ற வேண்டும் என்றார்கள். சப்தம் போட்டார்கள்.கொஞ்சம் கடுசாய் வார்த்தைகள் வந்து விட்டன. காவல்துறை அண்ணா பெரியாரை காத்துக் கொண்டிருந்தார்கள்.

காதர்பேட்டையிலிருந்து திமுதிமுவென்று நாலைந்து நைஜீரியர்கள் அவர்களைக்கடந்து போயினர். தூறல் மழை அவர்களின் உடல் நிறக்கறுப்பை இன்னும் அழுத்தமானக் கறுப்பாக்கியிருந்தது. மழையில் நனைந்து போகும் யானையைப் போல் இருந்தனர்.

"இவங்களையும் வாழ வைக்கிற ஊர். நம்மளெ வாழ வைக்காதா..."

"அதுதா வாழ வைக்குதே, அப்புறம் என்ன கேள்வி"

“வாழ வக்கறத்ன்னா அந்த அர்த்தமா. பத்து மணி நேர வேலை. கொஞ்சம் காசு. .கொஞ்சம் சொகுசுன்னு... அதில்லை...”

“அப்புறம்...”

“உன்னை நான் நேசிக்கட்டுமா”

“அட சக்கை. இவ்வளவு அழகான தமிழ்லே கேட்டுட்டே. லவ் யூன்னு கேட்கறதுக்கு பதிலா இப்பிடி பர்மிசனோட வந்தது நல்லா இருந்துச்சு.”

மழை ஓதுங்கிக் கொண்டாலும் இருவரும் நெருங்கி நின்று கொண்டே இருந்தனர். சட்டென கதகதப்பு கூடிக்கொண்டிருந்தது. மழை கொண்டு வந்துப்போன லேசான குளிரை அவர்கள் எல்லா திசைகளிலும் கடத்திக் கொண்டிருந்தார்கள். சிலைகளும், மொழிப்போர் நினைவுச்சின்னமும் அந்தக்கதகதப்பில் ஈரம் தவிர்த்து தங்களை சற்றே சூடாக்கிக் கொண்டன.

அடுத்த முறை நொய்யல் கரையில்தான் சந்தித்துக் கொண்டார்கள். சாய்த்தண்ணீரும் சாக்கடைக்கழிவுகளும் பல வர்ண நிறத்தில் ஓடிக் கொண்டிருந்தன.

“என்ன இங்க வரச் சொல்லீட்டீங்க...”

“அதோ பார்”

“வளம்” நினைவுச் சின்னம் நொய்யலின் நடுமத்தியில் நின்றிந்தது. நொய்யல் ஓர மேட்டைச்சரிபடுத்தி பாலம் ஏற்படுத்தியிருந்தது வளம் அமைப்பு... அதன் நினைவாய் தூண் ஒன்று சிமெண்ட் நிறத்தில் நின்று கொண்டிருந்தது.

“ஊருக்குள்ள இருக்கற சிலைகளெ, நினைவுச்சின்னங்களெ ஒரு ரவுண்டு கூட்டிகிட்டுப்போயி காட்டறதுன்னு முடிவு பண்ணிட்டீங்களா”

“இந்த ஊர்லே டாலர், பவுண்டுன்னு இருக்கறதெத்தவிர காட்டறதுக்கு வேறெ என்ன இருக்கு”

"இருக்கே... இதோ" கறுத்த நிறத்தில் நொய்யல் சலசலத்து ஓடிக்கொண்டிருந்தது. நொய்யல் நதியின் மத்தியிலும் அங்குமிங்குமாய் பல வர்ணங்களில் பாறைகள் இருந்தன. அவ்வப்போது அப்பாறைகள் வர்ணமடித்துக் கொண்டன. ஏதோ விசேசம் என்று சொல்லிக் கொண்டன. சமீபத்திய விசேசம். பொங்கல் விழா. நாலைந்து நாட்கள் கரகாட்டம், கும்மியாட்டம், அண்ணன்மார் சுவாமி கதை என்று அந்தப்பகுதியில் மேடை போட்டு நடத்தினார்கள். எல்லாவற்றுக்கும் கூட்டம் சேர்ந்தது.

"ஷங்கர் படத்துலே எல்லாத்துக்கும் பெயிண்ட் அடுச்சு வுட்ட மாதிரி பாறைகளுக்கு பெயிண்ட் அடுச்சு வுட்ட ஊர் இதுவாத்தா இருக்கணும்"

அவள் மல்லிகைப்பூ கேட்டாள்.

"என்ன திடீர்ன்னு"

"ஏதாச்சும் கேட்கணும்ன்னு தோணுச்சு. தலைங்கற பாறையிலெ கொஞ்சம் வெள்ளைப் பெயிண்ட் அடிக்கலாமுன்னு. வேற இங்க சுண்டலும் பலூனுமா கெடைக்கப் போகுது"

"கொஞ்ச தூரம் போனா மெட்டுவல் இருக்கு..."

அவன் அலைந்து திரிந்து கொண்டிருப்பது அவனின் வெஸ்பா சப்தம் அங்கங்கு கேட்டதில் தெரிந்தது. யுனிவர்சல் திரையரங்கு ஓரத்தில் தெரிந்த ஒரு தையல் செக்சன் பக்கமிருந்து ஏதோ இயந்திரங்களின் பலத்த ஓசை கேட்டது. அவள் அம்மா தையல் வேலை செய்தவள். ரவிக்கைகளும் பழைய துணிகளும் தைத்து அவளை பள்ளிப்படிப்பு வரைக்கும் கடத்திக்கொண்டு படிக்க வைத்திருக்கிறாள். அவளுக்கும் பனியன் கம்பனி என்றதும் தையல் செக்சன்தான் ஞாபகம் வந்தது. தையல் மிஷினில் உட்கார்ந்து ஓயந்து போனதற்குக் காரணம் தையல் மிஷின் கொடுத்த சூடும், அது சார்ந்த் கொப்பளங்களும் அது சார்ந்த இன்னும் வியாதிகளும்தான். தையல்காரனின் மகளாய் அவள் தொடர வேண்டாம் என்று முடிவெடுத்திருந்தாள்.

அவன் திரும்பி வந்து போது அவன் கையில் மினுமினுக்கும்

ஜரிகைப்பொட்டலம் ஒன்று இருந்தது.

“மல்லிகைப்பூவே கெடைக்கலே. நாளைக்கு முகூர்த்தம் வேற. இது கல்யாண சீசன்... பெரிய டிமாண்ட்”

மினுமினுக்கும் ஜரிகையில் ஒளிந்திருந்தது சின்ன தங்க மோதிரம்.

“பொன் வைக்கிற எடத்திலே பூன்னு சம்பரதாயமா கையாலாகாத் தனத்தை மறச்சு சொல்வாங்க. இப்போ இங்க அதுக்கு மாறா... தலைகீழா... பூ வெக்கற எடத்திலே பொன்”

“தலையிலெ பூவும் வெச்சு வுட்டிட்டீங்க... ஒதுங்க எடம் தேடற மாதிரி. அதுக்கு பர்மிசன் கேட்கற மாதிரி...”

நினைவுச் சின்னங்களும், சிலைகளும் பார்த்து அலுத்துப்போகவே கொஞ்சம் லாட்ஜ் பக்கமும் ஒதுங்க ஆரம்பித்தார்கள்.

கல்யாணம் செய்து கொண்டால் வெட்டிப் போட்டிருவாங்க என்று அவள் சொன்னாள். அவனும் அதையேதான் சொல்ல வேண்டியிருந்தது.

“பொட்டலம் கட்டி பாலாறுலே வீசிருவாங்களே”

“நொய்யல்லியே அதுக்கு சவுகரியம் இருக்கு. சாயத்தண்ணியிலே அடையாளம் காணாமப்போகப் பண்றது சுலபம்”

சேர்ந்து வாழலாம் என்று தீர்மானம் செய்த போது சில மாதங்கள் ஓடியிருந்தது. சாயப்பட்டறைகள் மூடல்கள் என்று என்று வந்தபின் ஊரில் நிரம்ப கம்பனிகள் காலியாகிச் சும்மா கிடந்தன. நாலு பெரிய கம்பனிகள் பார்கள் ஆயின. ஏழு சாயப்பட்டறைகள் பால் கம்பனிகள் ஆயின. நொய்யல் கரையில் இருந்த ஒன்பது சலவைப்பட்டறிகள் ஈமு கோழி பண்ணைகள் ஆயின...

“இந்த சமயத்திலே ஊடு புடிக்கறது சுலபம். நிறைய வூடுக சும்மா கெடக்குது. ஜாதி மதம்ன்னு விலாவாரியா கேட்க மாட்டாங்க”

ஊர் விட்டு வந்தபின் இந்த நகரத்தில் தங்களின் ஜாதி அடையாளம்

தெரியாமல் திரிவது சுலபமாக இருந்தது. அதற்காகவே புழுதி, வெயில் சாயக்கழிவுகள், பிளாஸ்டி குப்பைகள் மீறி அவர்களுக்கு ஊர் பிடித்து விட்டது.

“நல்ல காசு. டாலர் பவுண்டுன்னு பத்து வருசத்தில நம்ம பர்ஸ்லே புழங்கும். சாயம், அழுக்கு அட்ஜஸ்ட் பண்ணிக்கலாம்”

“ஜாதி கேட்காட்டியும் புருசன் பொண்சாதியான்னு கேட்காமலா இருப்பாங்க...”

“கேட்டா ஆமான்னு சொல்லிட்டாப் போச்சு”

“என்ன ஆமான்னு சொல்லப் போறீங்க்...”

“எல்லாத்துக்கும் ஆமாதா. உங்கூட படுத்து சொகம் காண்றதுக்கு எவ்வளவு ஆமா வேண்ணா போடலாம்”

எல்லாம் சுலபமாகவே நடந்தது. லைன் வீடுகளைத் தவிர்த்தார்கள். தனியாய் ஒரு வீடு தென்பட்டது. வீட்டுக்காரர் நாலு வீதி தள்ளி இருந்தார். அது பெரிய சவுகரியம். அவளுக்கு கமலி பெண்கள் விடுதியில் இருந்த அவஸ்தை முடிந்தது. அவன் லாட்ஜில் மாத வாடகையில் இருந்த உப்புசம் தீர்ந்தது.

“சின்னதா ஒரு நஸ்டம்”

“தெரியலையே”

“முந்தியெல்லா மீட் பண்றப்போ நான் ஒரு குட்டிக் கதை... நீங்க ஒரு அறுவை ஜோக் சொல்வமே”

“ஆமா அது கட்டாயிருச்சு”

“செரி ஒரு குட்டிக் கதை சொல்லீர்ரன்.. கடைசி மனிதன் இருந்த வீட்டுக்கதவு தட்டப்பட்டது”

“இது நான் படிச்சதுதா. உபயம் சுஜாதா...”

“நான் என் பங்குக்கு மெக்சிக்கோ சலவைக்காரி ஜோக் சொல்றேன்”

"அதுவும் உபயம் சுஜாதாதானா..."

"இன்னமும் இதை பாலோ பண்ணனும். ஞாயிற்றுக்கிழமையாச்சும் குட்டிக்கதை, கடி ஜோக்ஸ் சொல்லிக்கணும்"

ஒரு ஞாயிற்றுக்கிழமை மாடியில் நின்று பட்டம் விட்டார்கள் டீல் விட்டு அறுத்து விடுதலில் அவன் மன்னன். மாஞ்சா போடுவதிலும் மகா மன்னன், சாயப்பொடி, கோந்து, கண்ணாடித்தூள் போன்றவற்றைக் கலந்து பசை தயாரிப்பான். அன்று பட்டம் விட்ட போது பட்டத்தைக் கடந்து சென்ற விமானத்தைக் காட்டிச் சொன்னான்:

"உன்னோட இதிலெல்லாப் பறக்கணும்"

அது அங்கு குடிபோய் ஒரு வாரத்திற்கப்புறம் எதுவும் தொடர வில்லை. எல்லாம் தலை கீழாகிவிட்டது. இரண்டாம் நாள் தேவி அவளின் தூரத்து உறவினர் ஒருவரை அவள் குடி போன வீதியில் பார்த்தாள்.

"இந்த வூட்லே என்ன பண்றே"

"இங்கிருக்கறவைய பாக்க வந்தன்"

"காலியாத்தானே கெடந்தது. யாருஇருக்கறா"

"ஒரு குடும்பம்"

"குடும்பம்ன்னு இருந்த மாதிரி தெரியலே"

அவரை அந்த வீதியில் அடிக்கடி பார்ப்பதாய் தோன்றியது. அவரும் வேவு பார்ப்பதாய் தோன்றியது. பிரம்மை... பயம்... அலைக்களித்த்து. ஊரிலிருந்து தொலைபேசி அழைப்பு வரும். அருவாள் சகிதமாய் நாலைந்து பேர் வருவர் என்பது அவன் அணைப்பில் அவள் கிடந்தபோது விருக்கென்று தள்ளி போகச் செய்திருக்கிறது.

"வேறு எடம் பாத்தரனம்"

“நிறைய அட்வான்ஸ் கொடுத்திருக்கம்”

“அட்வான்ஸ்க்காக அடிபடமுடியுமா... வெட்டி பொட்டலமாக் கட்டிருவாங்க. ரெண்டு பக்கமும் ஜாதி வெறி புடுச்ச மறவர்கதானே இருக்காங்க”

கமலி பெண்கள் விடுதிக்கு தேவி திரும்பி விட்டாள். அழுக்குப் படுக்கை, பாத்ருமுக்கு க்யூ. கலர்கலராய் அஜினோமோட்டா சாதங்கள். அலுத்துவிட்டது எப்போதோ அவளுக்கு,

“என்ன கமல் கவுதமின்னு சொல்லிட்டிருந்தே ஊத்திருச்சா...”

“என்ன திருப்தி பண்ண முடியலையா... யார்... எவர்”

“நல்ல திருப்திதா. உசிரு எப்போ போகுமுன்னு ஊசலாட்டம்...”

இதற்கிடையில் தேவியும் மெர்ச்சண்டைஸில் இருந்த கிராக்கி காரணமாக வேறு கம்பனிக்குப் போய் விட்டாள். அவனைத் தவிர்த்தாள்.

“என்ன அவாய்டு பண்றேயா...”

“இப்போ நெனச்சாலும் உடம்பு நடுங்குது... யோசிச்சுப் பார்த்தா ஓர்க் அவுட் ஆகாதுன்னு தீர்மானமா தெரிஞ்சது நீயும் படுக்கை சபலமெல்லா இல்லாமெ யோசிச்சுப் பாரு...”

முன்பு இண்டர்னெட் கபேயில் இருவரும் சென்று பொழுது போக்கியபோது ஒரு நாள் அருணகிரி “பேசிக் இன்ஸ்டிங்ட்” படத்தில் இடம் பெற்ற உடலுறவுக் காட்சிகளை காட்டினான். அதன் பின்னரான சந்திப்புகளில் அவள் அப்படத்து கதாநாயகி ஷரோன் ஸ்டோன் போலத்தான் அவனுடன் படுக்கையில் இயங்கினாள்.

“ரோன் ஸ்டோன் நடிச்ச மத்த படங்களைப் பாக்கறையா”

“இது ஒண்ணுக்கே இடுப்பு வலி தீரலையாமா” அதற்கப்புறம் அவளை செல்லமா ஷரோன் என்றுதான் கூப்பிட ஆரம்பித்து தொடர்ந்தான்.

"வாழ்க்கையிலே யாரையாச்சும் முன் உதாரணமா வெச்சுட்டு பாலோ பண்ணனும்"

"எனக்கு ஷரோன்... உங்களுக்கு"

"உனக்கு இப்பதா ஷ்ரோன். எனக்கு எப்பவும் மு.வ. தா..."

"அவர் ஒழுக்கத்தை கம்பல் பண்றவர்"

"லிவிங் டுகதர் பத்தியும் கதை எழுதியிருக்கறார்"

அவளுக்கு அவன் அணிவித்திருந்த மோதிரம் திரும்பி வந்து விட்டது. நிச்சயார்த்த மோதிரமா. நட்பு சின்னமா எதுவுமில்லை. இனி ஒட்டும் இல்லை உறவுமில்லை. சரி என்னதான் சொல்கிறாள் என்று தெரிந்து கொள்ளலாமே என்று அவளின் கைபேசி எண்ணை முடுக்கினான். இன்னும் எண் மாறவில்லை. குறுஞ் செய்தியில் பிரிவு சொல்லி பிரிந்தவள்... எடுக்கிறாளா... நிராகரிப்பாளா...

"சவுக்கியமா தேவி..."

"சவுக்கியம்... எப்பவாச்சும் இப்பிடி ஹலோ சொல்லிக்கலாம் அதுதா நல்லது"

"செரி..." அவனுக்கு தொண்டை கமறியது.

"உனக்கு தொண்டைத் கமறியலையா ஷரோன்"

"அதைத் தாண்டி வந்திட்டேன், உசிரு முக்கியமில்லையா... என்ன ஷரோன்னுட்டிங்க..."

"ரொம்ப நாளா அப்பிடி கூப்பிட்டு பழக்கமாயிருச்சே"

"நீங்கதானே யாரையாச்சும் பாலோ பண்ணனும். உங்களுக்கு மு.வ.ன்னீங்க..."

"உனக்கு ஷரோன்னே"

"உம்"

"மோதிரத்தைத் திருப்பி அனுப்பிச்சிருக்கீங்க"

"அதுவும் ஷரோன் வழிதா. அவங்க வழி தனி வழி..."

"எப்பிடி"

"டாம் டாம் பத்திரிக்கை இந்த இஷ்யூ முப்பத்தஞ்சம் பக்கம் பாருங்க"

டாம்டாம் புதிதாய் வந்திருக்கும் வாரப் பத்திரிக்கை, ஊர் முழுக்க விளம்பரங்கள் பார்த்திருந்தான். பாண்டியன் நகர் தாய்த் தமிழ்ப்பள்ளி முக்கு பெட்டிக் கடையில் டாம்டாம் அந்த வார அட்டையில் திரிஷாவுக்கும் நயனதாராவுக்கும் என்னென்ன வித்தியாசங்கள் என்று தலைப்பிட்டு திரிஷா மார்பைக் காட்டி சாய்ந்து சிரித்தாள். முப்பத்தைந்தாம் பக்கத்தைப் புரட்டினான். இடையில் சமீரா ரெட்டியின் டீசர்ட்டை கன்னாபின்னாவென்று கிழிக்கும் ஆடம்சாக்ஸ் கண்ணில் பட்டார்.

எனக்குத் தேவை "பேஸிக் இன்ஸ்ட்ங்ட்" ஷரோன் ஸ்டோன்.

முப்பத்தஞ்சாம் பக்கம். அட.... முப்பத்தஞ்சாம் பக்கம் நடுப் பக்கமல்லவா... ஷரோன் மார்புகளின் பிளவு தெரிய தொடையை அகல விரித்துக் கொண்டு மேசை மேல் உட்கார்ந்திருந்தாள். ஷரோன் பற்றிய செய்தியை பரபரவென்று படிக்க ஆரம்பித்தான்.

மகா நட்சத்திரம் சூரியரில் காதலனுக்கு மோதிரத்தைத் திருப்பி அனுப்பியிருந்தாள்.

ஆனந்த விகடன்

கதை கதையாய் காரணங்கள்

சின்னான் (4 எப் வகுப்பு) மயங்கி விழுந்தபோது "அவனைப் புடிங்கடா... புடிங்கடா" என்று யாரோ சொல்வது அவன் காதுகளில் சரியாகவே விழுந்தது.

காலை அரசுப் பள்ளிப் ப்ரேயரில் அப்படியொன்றும் நேரம் ஆகிவிடவில்லை. அப்படியொன்றும் வெயில் வந்துவிடவில்லை. சுள்ளென்று சுட்டெரிக்கவுமில்லை. மிதமாகத்தான் இருந்தது.

விழுந்தவனை சேகர் மடியில் கிடத்திக் கொண்டான். அவன் நாலைந்து நாளாய் பள்ளிக்கு வரவில்லை. ஏதாவது மளிகைக் கடையில், திருமண மண்டபங்களில் மாலை நேரங்களில் வேலை என்று போய் விடுபவன். "படிச்சுட்டு வேலைக்குத்தா போகப் போறன். அதுதா இப்பவே ஆரம்பிச்சுட்டேன் என்பான். அதனாலே எதுக்குப் படிக்கணும்" என்று பள்ளிக்கு வராதது பற்றி யார் கேட்டாலும் பதில் சொல்வான். அவன்தான் இன்றையப் பிரேயரில் திருக்குறள் படிக்க இருந்தவன். அந்த நேரம் பார்த்து கழிப்பறைக்குப் போய் விட்டான்.

தேவி "அன்பிற்கும் உண்டோ அடைக்குந்தாழ்" என்று திருக்குறளை ஒப்புவித்து விட்டு அதற்கு அர்த்தம் சொன்னாள். தினசரி

தாளிலிருந்து செய்தி படித்த காமேஷ் சீனப் பிரதமர் இந்தியா வருகை பற்றிச் சொன்னான். சீனப் பிரதமர் மூன்று நாள் விஜயத்தை முடித்துக் கொண்டு ஊருக்குத் திரும்பி விட்டார். அரசு பள்ளிக்கு இலவச தினசரியை வழங்கும் ஜாகீர் வீடு அதே தெருவில்தான் இருக்கிறது. அவர் தினசரியை படித்து விட்டு அடுத்த நாள் பள்ளிக்கு அனுப்புவார். அடுத்தநாளில் ஆசிரியைகள் மத்தியில் போய்விட்டு வந்தபின் காலை பிரேயரில் யாராவது ஆசிரியை கையில் அது அகப்படும். என்ன படிக்கச் சொல்ல என்பதில் ஆராய்ச்சியெல்லாம் இருக்காது. காலை பிரேயர் ஆசிரியை (யாராவது ஒருத்தர்) யாரையாவது அழைத்து இன்னிக்கு இதை படிச்சுடு என்று நீட்டி விடுவார். இன்றைக்கு காமேஷ் கையில் அது வந்து விட்டது. அவனும் வீட்டில் செய்தி அலைவரிசைகளை மாற்றி மாற்றிப் போடும் அப்பாவால் சீனப்பிரதமர் ஊருக்குப் போய் விட்டதை அறிந்திருந்தாலும் அவர் வருகையைப் பற்றி இன்றைக்கே பள்ளியில் அறிவித்தான். அவன் அப்பாவிற்கு தெரிந்திருந்தால் ரொம்பவும் வருத்தப்படுவார். சூடான செய்திகளுக்கு அலைவரிசைகளைத் திருப்பிக் கொண்டி ருக்கும் அவர் இப்படி ஆறின பழங்கஞ்சியை தன் மகன் குழந்தைகளுக்கு வாசிப்பது பிடிக்காமல்தான் இருக்கும்.

பள்ளியில் செய்தி வாசிப்பிற்குப் முன்னால் கதை வாசிப்பு என்று ஒன்று இருக்கும். இன்றைக்கு கதை வாசிப்பு என்றில்லாமல் கதை ஆரம்பித்தது பற்றி சுந்தரக்கண்ணன் சொன்னான்.

கி.மு.700ல் முதல் கதை பாறைகளில் எழுதப்பட்டது.

அது கில்காமிஸ் காவியம்: கில்காமேஷ் உருக் தேசத்தை ஆண்ட கொடிய அரசன். அவனுடைய அட்டூழியம் தாங்காமல் மக்கள் கடவுளிடம் முறையிட அவர் எங்கிடு என்ற மிருக மனிதனை சிருட்டிக்கிறார் எங்கிடுவை மயக்கி போருக்கு அழைத்துவர பேரழகியான கணிகையை அனுப்புகிறார்கள். கில்காமேசுக்கும் எங்கிடுவுக்கும் இடையில் யுத்தம் ஆரம்பமாகி முடிவில்லாமல் நீடித்ததால் அவர்கள் நண்பர்கள் ஆகிறார்கள். மாபெரும் செயல்கள் செய்வதற்காக இருவரும் தேசயாத்திரை சென்றபோது வழியில் ஒரு ராட்சசனைக் கொல்ல கடவுளர்கள் எங்கிடுவைப்

பழி வாங்குகிறார்கள். அவன் இறந்துபோக கில்காமேஷ் துக்கம் தாங்காமல் நீண்டநாள் புலம்புகிறான் இறுதியில் கில்காமேஷ் ராச உடைகளைக் களைந்தெறிந்துவிட்டு மிருகத் தோலை அணிந்து மரணம் அடைகிறான். களிமண்ணில் எழுதி சுட்டு பார்வைக்கு அக்காலத்தில் வைக்கப்பட்டது. .

பிரேயரின் போது சூரியன் சுட்டெரித்து மயங்கி விழுந்தவர்கள் பட்டியலில் நிறையப் பேர் இருந்தார்கள். கவுன்சிலர் இலவச புத்தங்கள் வழங்க வந்த நாளன்றுதான் யோகநாதனும் சுருண்டு விழுந்தான்.

சின்னான் தலைமையாசிரியர் அறையில் தூக்கிக் கொண்டு போய் கிடத்தப்பட்டான். தலைமையாசிரியர் இல்லாமல் அப்பள்ளியில் தலைமையாசிரியைதான் இருந்தார். அப்படியிருக்கையில் தலைமையாசிரியர் என்று போர்டு சின்னதாய் தொங்குவது சின்னானுக்கு எப்போதும் ஆச்சர்யமே அளித்திருக்கிறது. அவன் வாய் டிபன் பாக்ஸ் டிபன் பாக்ஸ் என்றே முணுமுணுத்தது.

நான்காம் வகுப்பிற்குள் ஆசிரியை காந்தாள் நுழைந்ததும் சின்னான் சின்னான் என்றுதான் குரல்கள் வந்தன கசகசவென்று. "அவனுக்கொன்னுமிலடா... ரெஸ்ட் எடுக்கிறான். அடுத்த வகுப்புக்கு வந்திருவான்" வாய்ப்பாடுகளிலிருந்துதான் அவள் ஆரம்பிப்பாள். காந்தாள் கணித ஆசிரியை. அன்றும் வாய்பாட்டி லிருந்து அய்ந்து இடங்களை பூர்த்தி செய் என்ற ரீதியில் எழுதிப் போட்டு விட்டுப் போய் விட்டாள்.

"சின்னானைப் பாத்துடுட்டு வந்தர்றன். அமைதியா இருங்கோ"

சின்னான் வாய் டிபன்பாக்ஸ் டிபன் பாக்ஸ் என்று முணு முணுத்தது. அது அவன் கைகளுக்கு வந்து விட்டது. அவன் கண்களை மலங்க மலங்க் விழித்து பசி என்றான். "உன் டிபன் பாக்ஸ்தா இருக்கே" யாரோ கால்களில் தள்ள தரையில் கிடந்தவனின் தலை அருகில் வந்து நின்றது.

நான்காம் வகுப்பில் சர்ச்சை ஆரம்பித்தது. சின்னானுக்கு என்னவாகியிருக்கும். ஏதாவது உடம்பு சரியில்லையா.

மருத்துவமனைக்கு கொண்டு போகப் போகிறார்களா. மருத்துவரே பள்ளிக்கு வந்த சந்தர்ப்பங்கள் உண்டு. பசியால் மயக்கம் போட்டிருப்பானா. பசியென்று சொல்லி விட்டால் போது ஏதாவது கிடைக்கும். குறைந்தது பன்னோ, தேனீரோ கூட இருக்கலாம்.பக்கத்துக் கடையிலிருந்து பக்கோடா கூட கிடைக்கலாம். “பக்கத்து கடை பக்கோடான்னா நானும் மயங்கி விழத் தயார்” என்றான் சிஜீ.

டிபன் பாக்ஸைத் திறந்து அவுக்அவுக்கென்று தாளித்த சாதத்தை விழுங்கினான். அவனுக்கு அவசரத்தில் விக்கிக் கொண்டால் என்னவாகும் என்ற பயத்தில் மகேஸ்வரி ஓடிப்போய் அவளின் பாதுகாப்பான மினரல் பாட்டிலைக் கொண்டு வந்து நீட்டினாள்.

“காலையில் சாப்புடிலியா...”

“அம்மா பனியன் கம்பனி வேலைக்கு நேரமாச்சுன்னு இதைக் கையில் குடுத்துட்டு வெரசலா போயிட்டாங்க”

தொண்டையில் சோறு அடைத்திருக்க வந்த குரலில் அதன் அர்த்தம் தெரிந்தது. “ஸ்கூலுக்கு வந்த பொறகு சாப்பிபுட்டிருக்கலேமே”

“என்னமோ பயம். அப்புறம் சாப்புடலாமுன்னு”

“சாப்புட்டுத் தொலச்சிருக்கலா...”

அவன் பல நாட்கள் சாப்பாடு எதுவும் இல்லாமல்தான் வருவான். மதிய உணவு வரைக்கும் பசியைத் தாக்குப்பிடித்து விடுவான். மதிய உணவு சாப்பிட்டபின் தூக்கக் கலக்கம் வந்து விடும். சமாளிப்பதில் சிரமம் என்பது போல் ஆகிவிடும்.

நான்காம் வகுப்பில் (எப்) விவாதங்கள் தொடர்ந்து கொண்டிருந்தன. சின்னான் மயங்கி விழுந்ததற்கான காரணங்கள் பற்றி;

1. இன்று கணக்கு மார்க் தரப்போவதாக காந்தாள் ஆசிரியை சொல்லியிருந்தார். சின்னான் கணக்கில் வீக். பெயிலாகி நிற்பவர்களில் அவனும் ஒருவன் எப்போதும்.

2. ஆங்கிலப்பாடத்தை நேற்று ஒரு தாளில் எழுதியிருந்தான்.

மூன்று நதிகள்

நோட்டில்தான் எழுதிக்கொண்டு வர வேண்டும். அப்போதுதான் தொடர்ச்சி இருக்கும். பின்னால் திருப்பி பார்ப்பதற்கு சவுகரியமாக இருக்கும். நோட்டில்லாமல் ஆங்கில வகுப்பிற்கு வரக்கூடாது என்று இளஞாயிறு ஆசிரியர் கட்டளை

3. அவன் அம்மாவிற்கு உடம்பு சுகமில்லை. அந்தக் கவலை.

4. நேற்று மோகன்ராசு ஆசிரியரிடம் அடி வாங்கியிருந்தான். அவன் சட்டை மோசமான அழுக்கில் இருந்ததால்.

5. நோ டீச்சிங்... ஒன்லி கோச்சிங் என்று எழுதச் சொல்லிக் கொண்டே இருக்கும் துளசி டீச்சருக்கு அவனைப் பிடிக்காது.

டிபன் பாக்ஸில் இருந்தை அவுக் அவுக் என்று சாப்பிட்டு முடித்ததில் ஆசிரியைகளுக்கு ஆறுதல். டிபன் பாக்ஸிலேயே கைகழுவிக் கொள் என்று மகேஸ்வரி ஆசிரியை தண்ணீர் பாட்டிலை நீட்ட நாலைந்து விரல்களைச் சேர்த்து வினோதமாய்க் கழுவினான். மெல்ல தூக்கம் வருவது போல கண்களை மூடினான். "படுத்துக்கோ" என்ற வார்த்தைகள் ஆறுதல் தந்தன. கண்களை மூடிக் கொண்டான். அம்மா சின்ன வயதில் "பள்ளிக்கூடம் போகலியா பூச்சாண்டி கிட்டக் குடுத்திருவன்" என்று பயமுறுத்துவாள். பள்ளிகூடத்தில் நிறைய பூச்சாண்டிகள் இருப்பதாய் அவன் ஒருதரம் சொன்னபோது வகுப்பில் எல்லோரும் வெகுவாகச் சிரித்தார்கள். ஆமோதிக்கிற சிரிப்பு அது.

"சுப்ரமணி அறுபத்தாறு மார்க்"

"தேங்ஸ் டீச்சர்"

"ராஜி இருபத்தஞ்சு"

"ஜெயபால் நாப்பது"

"சின்னான் எழுபது. குட்"

"நன்றி டீச்சர்"

கணக்குத் தாளை வாங்கியபோது அவன் உடம்பு நடுங்குவதாக இருந்தது. காந்தாள் ஆசிரியை இல்லை. வேறு கணக்கு ஆசிரியர் வந்து விட்டார். பிரபாகர். இனி நல்ல மார்க்தான் வரும்.

தூக்கத்திலிருந்து விழிப்பு வந்து விட்டது. நல்ல தூக்கம்.. பூச்சாண்டி எதுவும் தூக்கத்தில் வரவில்லை. அவனைச் சுற்றி யாருமில்லை. எதிர் பீரோவின் மீது உலக உருண்டை நீலக்கலரில் உட்கார்ந்திருந்தது. இந்தப்பள்ளிக்கு வந்த பின் உலக உருண்டையை அவன் தொட்டுப் பார்த்தில்லை. யாரும் தொடக்கூடாது. எல்லா நாடுகளும் நீரில் அமிழ்ந்திருப்பது போல் தென்படும். முந்தின திருநீலகண்டபுரம் பள்ளியில் உலக உருண்டையைத் தொட்டதால் பிரம்படிபட்டிருக்கிறான். எழுந்து கதவு ஓரம் வந்து நின்றான். தொட்டிப்பக்கம் எல்லோரும் தட்டுகளைக் கழுவிக் கொண்டிருந்தார்கள். மதிய சத்துணவு நேரம் முடிந்து விட்டது. அவனுக்கென்று யாரும் எடுத்து வைத்திருக்கப் போவதில்லை. மதிய சாப்பாடு இல்லை. ராத்திரி வரை தாக்குப்பிடிக்க வேண்டும்.

காலையில் மயங்கி விழுந்ததை விட பசி மறுபடியும் வயிற்றைக் கவ்வும், மதிய உணவு அவனுக்கென்று இல்லாமல் போய் விட்டது பற்றி அவனுக்கு நினைப்பு பெரும் சுழலாய் எழுந்து அவனை மூழ்கடித்துக் கொண்டிருந்தது. இன்னொரு பசி சுழலை எதிர்பார்த்திருந்தான்.

சின்னான் நிமிர்ந்து உட்கார முயன்றான். யாருக்கும் அவன் சொல்லாத மயங்கி விழுந்ததன் காரணம் அவனுள் சுழன்றது.

அப்பா ரேசன் கார்டை மளிகைக் கடையில் அடகு வைத்திருந்தார், ரேசன் கடைக்குப் போகமுடியவில்லை என்று அம்மா அழுது கொண்டிருந்தாள். அவன் அப்பள்ளியில் சேரும் போது அவன் பள்ளி டிசி ரேசன் கடையில்தான் இருந்தது அடகுக்கு. அதை மீட்க அம்மா அழுதழுது காசு சேர்த்தாள். “நானெல்லா காதெத் தொட்டு காமிச்சு பள்ளிக்கூடத்திலே சேந்து படிச்சேன். அப்பிடி தொட்டு காமிச்சு சேரு போடா” என்று அவர் விரட்டினார். திருநீலகண்டபுரத்திலிருந்து பாண்டியன் நகர் பள்ளிக்கு மாற வேண்டியிருந்தது. சாயப்பட்டறை மூடப்பட்டதில் வேலை

மூன்று நதிகள்

யில்லாமல் போய் வீடு மாற்றும் படலம் மறுபடியும். கடன் கொடுத்தவர்கள் தொல்லை வேறு...

அவன் வகுப்பு மாணவர்கள் அவன் மயங்கி விழுந்ததற்கான காரணப்பட்டியல் போட்டது அவனுக்குத் தெரியவில்லை. அதில் நான்கு காரணங்கள் இருந்தன.

அவன் பட்டியலில் ஒன்றுதான்.

அந்திமழை

கண்டுகொண்டேன்

"உங்க தனலட்சுமியைத் தேடித்தானே அந்த ஊருக்குப் போகப்போறீங்க. எனக்குத் தெரியும்" செல்வி சிரித்துக் கொண்டே சொன்னாள்.

"இல்லைன்னு சொல்லட்டுமா"

"இல்லின்னா என்ன அர்த்தம்"

"ரோசி, மும்தாஜ்ன்னு ஏதாச்சும் பேர் சொன்னா சமாதானம் ஆகிருவியா"

"தனலட்சுமியைத் தவிர இதைல்லா யாருங்க"

"தனலட்சுமின்னு ஒருத்தர் அங்க இருக்காங்களா. இருபத்தஞ்சு வருஷத்துக்கு முந்தி இருந்தவங்க யாரையாச்சும் பாக்க முடியுமான்னு தெரியலே. இதிலே தனலட்சுமிங்கறது..."

பேருந்து வட்டமடித்து உடம்பை முறுக்கிக் கொண்டு நினறது. அது எந்த திசைக்குப் போகப் போகிறது என்று தெரியவில்லை. நாலு திசையிலும் ஏதாவது கிராமம் இருக்கிறது. அந்த கிராமத்திற்கெல்லாம் இந்தப் பேருந்து போகுமா என்பது

தெரியவில்லை. கிராமங்களின் பெயர்கள் கூடத் தெரியவில்லை. மறந்து போய் விட்டது தனலட்சுமியின் பெயர்மட்டும்தான் மீதமிருக்கிறது ஞாபகத்தில். குருட்டு தைரியத்தில் பேருந்து ஏறி விட்டான். வடநாட்டுவாழ்க்கை ஊர் பெயர்களையும், மனிதர்களின் பெயர்களையும் களவாடிக்கொண்டு போய் விட்டது. கொஞ்சம் முயன்றிருந்தால் வேலைக்கென்று வெளிநாடே போயிருக்கலாம், அம்மாவின் இருமலும் கண்ணீரும் அப்பாவின் நோயும் தள்ளி வைத்து விட்டது.

பேருந்து நிறுத்த ஆலமரத்தடி நாலைந்து கடைகளைக் கொண்டு வந்து விட்டது. எல்லாம் சொல்லிவைத்தமாதிரி கொஞ்சம் பாட்டில்களும், உள்ளே கொஞ்சம் மிட்டாய்களும் வாழைப்பழதாருமாக இருந்தன. தேன் மிட்டாய் என்று இப்போதேல்லாம் இருக்கிற மாதிரி தெரியவில்லை. அதற்கு வேறு பெயர் வந்திருக்கலாம்.

கடைகளில் நின்றிருந்தவர்களும், தேய்ந்து போன பெஞ்சுகளில் உட்கார்ந்திருந்தவர்களும் பார்த்த பார்வையில் தனலட்சுமி என்ற பெயரை உச்சரிக்கக் கூடாது என்று உடனே சப்தம் எடுத்துக் கொண்டான் பாலன். ஒரு கடையின் ஓரத்தில் கழுதையொன்று கட்டப்படிருந்தது. அபூர்வப் பொருளாகி விட்டதன் அடையாளம் குறித்து அதன் வாள் வாள் சொல்லுகிறதா... கழுதையைப் பார்த்து ரொம்ப நாளாகி விட்டதாகச் சொல்லிக் கொண்டான்.

மனது ஓயாமல் கூச்சலிட்டு இங்கு கொண்டு வந்து நிறுத்தி விட்டது. பெரியப்பாவின் சாவிற்கு வந்த இடைவெளியில் பத்து நாள் காரியம் முடிந்து தான் போகவேண்டுமெனக் கட்டாயப்படுத்தி விட்டார்கள். நாலு நாளைக் கழித்தாயிற்று. பேருந்து பிடித்து வந்து தனலட்சுமியைத் தேடிப் போனதில் இப்படி அரை நாள் கழிந்து விட்டது.

அலுவலக அவசரத்தில் ஹிசேன் சாகரும், பிர்லாமந்திரும் ஒரு பார்வையில் பட்டு விட்டுப் போகும், அதை கூட ஞாயிறில்தான் ஆசுவாசமாய் பார்க்க நேரம் கிடைக்கும். தில்லியின் பிர்லாமந்திரைக்கடந்து வந்தாயிற்று.

"அப்பிடியே மெல்லமெல்ல நகர்ந்து நம்ம ஊருக்குப் போயிடலாங்க"

"நானா வேண்டான்னேன். நமக்கு வாச்சது அப்பிடி. இங்கதா நகர்ந்து வந்திருக்கம்"

"நான் வாச்சதையும் சொல்றீங்க போல"

பிள்ளையார் கோவில் முக்கு வழிமாறியது போல் விரிந்து சென்றது. இப்போது ஊரில் பல பிள்ளையார் கோவில்கள் வந்திருக்கலாம். இது எந்த திசையில் இருக்கிறதென்று அடையாளம் கொண்டு அந்த திசை பிள்ளையார் கோவில் என்று பெயர் வந்திருக்குமா. இது என்ன வடக்கு திசையா. இது வடக்கு பிள்ளையாரா. பிள்ளையார் கோவிலையொட்டி அழுக்குகீற்றுடன் ஒரு புரோட்டாக் கடை தென்பட்டது. புரோட்டா ரெடி வாசகம் மஞ்சளால் மிளிர்ந்தது. அந்த போர்டு இல்லாமல் இருந்தால் அதை புரோட்டாக் கடை என்று நினைத்திருக்கமாட்டான் பாலன். அடையாளம் சொல்வதற்காய் சிறு போர்டு இருக்கிறது. தனலட்சுமிகென்று அடையாளம் காட்ட அவர் வீடு இருக்கலாம். அந்தக்காலத்துப் பாலக்காட்டு ஓட்டு வீடு. வீடு இப்போது ஓட்டிலிருந்து கான்கிரீட்டுக்கு மாறியிருக்குமா. இல்லை அப்படியேத்தான் இருக்குமா, தனலட்சுமி என்று சலவைக்கல்லோ போர்டோ இருக்குமா. தபால் வசதிக்காவது பெயர் வீட்டு முகப்பில் பொறிக்கப்பட்டிருக்குமா.

உள்ளூர் மொபையில் என்று போர்டு ஒன்று தொங்கிக் கொண்டிருந்தது. இரும்பு ஷட்டர் அடைத்து அதன் மரக்கலரை வீதியின் நீளத்திற்கும் கொண்டு வந்தது போலிருந்தது. அதன் பின்புறமிருந்து வந்த அழுகையோ கூச்சலோ பறவையொன்றை விலகிபோகச் செய்தது. வெள்ளையாக இருந்தது. காக்கைகள் இல்லாமல் போய் விட்ட ஊரா. கொக்கா, புறாவா.ஏதாவதொன்றாக இருக்கும். எதுவாக இருந்து விட்டுப் போகட்டும்.

பொதுவாகப் பறவை என்று சொல்வதை சேகர் ஒத்துக் கொள்ளமாட்டான். "உங்கம்மாவும், எங்கம்மாவும் ஒண்ணா. அம்மாங்கறது பொது. ஆனால் பிரிச்சு சொன்னாத்தானே அழகா

இருக்கும். உங்கம்மா செல்லம்மக்கா, எங்கம்மா பழனியாத்தா. ஒவ்வொருத்தருக்கும் கைவாகு, கைராசின்னு தனித்தனிதானே" சாம்பல் நாரை, நீர்காகம், கரண்டி மூக்கன், உண்ணிக் கொக்கு, வெள்ளை அரிவாள் மூக்கன், கூழைக் கடா, செவ்வரி நாரை, பாம்புத்தாரா என்று பெயர்களைச் சொல்வான். பறவைகளுக்கும் ராசிகள் இருக்கும் என்பான். அசுவினி, பரணி, கிருத்திகை, ஆயில்யம் என்று இராசாளி, காகம், மயில், கிச்சிலி என்று அவற்றுக்கான ராசியையும்,. பறவைகளுக்கும் இதெல்லாம் மீறி சாதிகள் இருக்கிறது என்று பிரித்துச் சொல்வான்.

தனலட்சுமியின் வீடு தெரிந்தால் போதும். பார்த்தால் கொஞ்சம் பரவசமானது போல் சற்றே வேர்வை வழிய நிற்கலாம். "இங்கதா வந்தன்" என்று திரும்பத்திரும்பச் சொல்லி தப்பித்துக் கொள்ளலாம். பறவையை விரட்டியது ஏதோவொரு கிழவியின் குரல் என்பது தெரிந்தது. அவள் அவள் வீறிடுவது போல கைகளை வீசிக்கொண்டு கடந்து போனாள். ஆயிரமாயிரம் பிரச்சினைகளை அவள் உதறிக் கொண்டு ஓடுவதாகத் தோன்றியது.

"என்ன இப்போ எதுக்கு வந்தே"

"சும்மாதா"

"இந்த கிறுக்கு ஞாபகத்தை வுட்டுடு பொழைக்கற வழியேப் பாரு"

"செரிதா"

"இருபத்தஞ்சு வருசத்துக்கு முந்தி சொன்னதுதா..."

இப்படி ஏதாவது சொல்லி புறங்கையால் மறுபடியும் தள்ளி விட்டு விடுவாளா. பின்னே அணைத்து ஞாபகம் கொள்வாளா. அசட்டுத்தனம் என்பதாய் சொல்லிக் கொள்வாளா. இந்த யாத்திரை எதற்காக உணர்வுரீதியாகவோ, உடல் ரீதியாகவோ வேறு எந்த வழியிலோ எந்தவொரு பயனையும் எதிர்பார்க்காமல் பிறரிடம் அன்பு காட்ட முடியுமா. பற்றுதல் இருக்கும் இடத்தில் அன்பு இருக்குமா. அன்பு இல்லாத பட்சத்தில் இப்படியொரு செயல் இருக்குமா. எங்கோ படித்தது குழப்பமூட்டியது

அவனுக்கு.

எதிரிலிருந்த கருவேலமரம் ஒத்தையில், புழுதி அடர்ந்து விட்டது. மரங்களுக்கும் சாதிப்பிரிவினை சொல்வான் சேகரன். அழகான வளர்ந்த மரத்தைப் பார்த்து ஏன் வளர்ந்தாய் இத்தனை அழகும் நிறமும் மணமும், பெருமையும் உனக்கேன் என்று யாரும் கேட்டதில்லை. தனலட்சுமியும் கேட்கமாட்டாள்.

அவன் பேண்ட்டுள் விட்டிருந்த சட்டையை வெளியே எடுத்து விட்டுக் கொள்ளலாமா என்று யோசித்தான். ஆபீசர் தோற்றம் எல்லோரையும் விலகிப் போகச் செய்து விட்டதா. யாரும் தென்படக் காணோமே. அவன் மும்பைக்குப் போன போது பெரும்பான்மையோர் இன் செய்தது அவனுக்கு ஆச்சர்யமாக இருந்தது. ஆபீசருகளுக்கானதல்லவா அவ்வகை தோற்றம் என நினைத்திருந்தான். எல்லாம் சாதாரணம் என்பதாய் மனதுள் மாற்றியும் கொண்டான்.

"யார் வூட்டுக்குப் போறீங்க"

"தெரிஞ்சவங்க..."

"சொந்தக்காரங்களா"

"தெரிஞ்சவங்க..."

"சாகக் கெடக்குதே சிவஞானம். அவர் வூட்டுக்கா"

உரக்கவே ம் என்று முணகிக் கொண்டான். முனகலில் சமாதானம் அடைந்தவர் போல் கேள்வி கேட்டவர் புறங்கையை வீசி கிழவி நடந்தது போலவே நடந்து சென்றார். இது என்ன இந்த ஊருக்கானப் பிரத்யேக நடையா..

அவரிடம் தன்லட்சுமி வீடு என்று கேட்டிருந்தால் என்னவாகி யிருக்கும். கிராமத்து மனிதன் சந்தேகப்பட்டுதான் கேட்கிறான். தயங்கும்போது கண்டுபிடித்து விடுவான். பிறகு எப்படி சொல்லி கேட்பதாம். வீதிகளில் தாறுமாறாய் அலைவது. வீடு அடையாளம் தெரிந்தால் ஆறுதல்பட்டுக் கொள்வது

மூன்று நதிகள்

என்பதுதான் அவன் எண்ணம். அடையாளம் என்பது இல்லாதது மாதிரி வீதிகள் விரிந்தும் ஒரே மாதிரியாகவும் எங்கோ தூரத்தில் சென்று முடிவதாகவும் தான் தென்பட்டன. இடதும் வலதுமாய் பிரிந்த வீதிகள் கம்பன் வீதி, இளங்கோவீதி என்ற பெயர்களை அறிமுகப்படுத்தின. இந்த அடையாளம் எப்போதும். தனலட்சுமியின் வீடு இந்த இரண்டில் ஏதாவது ஒன்றில்தான் இருக்க வேண்டுமெனப்தை தீர்மானமாய் நினைத்தான். வேறு என்ன அடையாளம் ஞாபகத்தில் இருக்கிறது.

வீதிகள் விரிந்து கொண்டிருந்தன. நாற்கர சாலையொன்றுக்குப் போகும் வழியென்று போர்டு ஒன்று தென்பட்டது. இந்த சுத்தமும் வீடுகளை இடித்து அகலம் கொண்டிருப்பதும் பெரிதாய் மேம்பாலம் வரப்போவதை போர்டு சொல்லிக் கொண்டிருந்தது. இதனால் வீடுகள் சிதிலமடைந்து காணப்பட்டன. வீடுகளைப் போல தனலட்சுமியின் உருவமும் கால ஓட்டத்தில் சிதைந்து போயிருக்கலாம். நிச்சயம். அல்லது பூசிமெழுகியது போலிருக்கலாம். எந்த அடையாளமும் இல்லாமல் திரிவது இலக்கற்றது என்று சொல்லிக் கொண்டான். அப்போதெல்லாம் இளங்கோவும் இல்லை, கம்பரும் இல்லை. வடக்கு வளவு, தெற்கு வளவுதான். இப்போது போர்டு நட்டு இப்படி அடையாளம் காட்டிவிட்டார்கள். தனலட்சுமி அவளின் அடையாளத்திற்கென்று ஒரு ஆலமரம் நட்டாளே. அவன் அந்த நல்லூத்து கிராமத்தை விட்டுப் போகும் போது அது இடுப்பு உயரத்திற்கு வளர்ந்து விட்டிருந்தது. இப்போது அது வளர்ந்து அடையாளம் காட்டுமா. நாற்கரசாலை, பஞ்சாய்த்துச் சாலை என்ற விரிவாக்கத்தில் மண்ணோடு மண்ணாகி இருக்குமா. தனலட்சுமி நட்ட மரத்தைப் பற்றிய எண்ணம் வந்ததும் அவன் கால்கள் பரபரத்து வலது பக்கம் திரிந்தது. புழுதி அப்பிக் கொள்ள ஆரம்பித்துதான் கொஞ்சதூரம் நடந்து விட்டது தெரிந்தது. கிராமத்தையே ஒரு சுற்று சுற்றி விட்ட்து போலிருந்தது.

பறவையின் இறக்கைகளை விசிறுவது போல் கால்களையும், கைகளையும் எட்டிப்போட்டு நடந்து வந்தவன் பாலன் நகர் பக்கம் வந்தான். “என்ன ரொம்ப நேரமா சுத்திகிட்டிருக்கீங்க போலிருக்கு. என்ன வேணும். செரியா சொல்லணும். இல்லீன்னா

"சந்தேகம் வந்துரும்"

"ஒருத்தரப் பாக்கணும்"

"என்ன ஜாதின்னு சொன்னா கண்டு புடிக்கறது சுலபம்தானே"

தனலட்சுமி என்ன ஜாதி என்பதை யோசித்துதான் கண்டுபிடிக்க வேண்டும். அவள் அப்பா என்ன தொழில்செய்து வந்தார். மண்பாத்திரங்கள் செய்கிறவரா. கைப்பட்டறை வைத்திருந்தாரா. விவசாயக்கூலியாளா. தொழிலை யோசித்துப் பார்த்தால் அவள் குடும்பமும் ஞாபகத்திற்கு வரலாம். அவள் முகமும் ஞாபகத்திற்கு வரலாம். சேகரன் மரங்களுக்கும், பறவைகளுக்கும் ஜாதிகள் சொல்வான். எதையும் ஜாதியிலிருந்துதான் ஆரம்பிக்க வேண்டுமா...

"என்ன... சந்தேகம் உங்க மேல வருதே"

"இல்லே தெரிஞ்ச வீடுதா. பாத்துக்கறேன்"

கால்களைப் பரபரவென்று அவனிடமிருந்து தப்பிப்பதற்காக எட்டிப் போட்டான்.

ஆலமர இலைகளின் பளபளப்புப் பச்சை மினுங்கியது. மெல்ல இலைகள் விரிந்து சிறு குடையானது. கிளைகளை விரித்துக் கொண்டு ஆகாயத்தின் ஒரு பகுதியாகத் தொங்கியது. தனலட்சுமி நட்ட வைத்த மரமாக இருக்குமா... அது இவ்வளவு பெரிசாய் விரிந்து விட்டதா... அந்த ஆலமரம்தானா. இல்லை வேறா. அதுவாகத்தான் இருக்க வேண்டும். அதுவாக இருப்பதே நல்லது. இரண்டடி நீளத்திற்கு ஒரு கல் இருந்ததே. அது என்னவாகியிருக்கும். ஆலமரத்தின் கீழ் சுவர்கள் நான்கு பக்கமும் எழுந்து கீழ்ப்பகுதியை மறைத்துக் கொண்டிருந்தது. வலதுபக்கம் சிதைந்து போன தேர் அதன் உருவத்தை குலைத்துக் கொண்டுக் கிடந்தது. தேர் நிறுத்தி வைத்த இடத்திற்கு அருகாமைதான். அதே ஆலமரம்தான். தனலட்சுமி நட்டு வைத்த ஆலமரம்தான். அன்பால் இவ்வளவு தூரம் வளர்ந்து பச்சையாய் மினுங்கிக் கொண்டிருக்கிறது.

"என்ன... ஏதாச்சும் தெரிஞ்சுதா. ஜாதிப் பேரைச் சொன்னா சட்டுன்னு அம்பது வருச ஆளானாலும் அடையாளம் சொல்லிருவன்"

"இல்லெ கண்டு புடுச்சிட்டன்"

"என்ன ஜாதின்னு ஞாபகம் வந்திருச்சா"

"இந்த மரம் அழியாமெ அப்பிடியே நிக்குதா..."

"ஆமா... என்னென்னமோ ரோடுக ஊரைச்சுத்திலும் வந்திருச்சு. இருக்கற மரத்தையெல்லா காவு வாங்கிருச்சு. இது மட்டும் நிக்குது எப்பிடி"

"உள்ளே இருக்கறது சுயம்புலிங்கம். யாரும் கை வைக்கக் கூடாதுன்னு ஊர் உத்தரவு. இதனாலெ ரோடெ கொஞ்சம் வளஞ்சுதா போகுது"

ஒருக்களித்த கதவு திறந்து கொண்டது. இரண்டடி உயரத்திற்கு விபூதியும் சந்தனமும், குங்குமுமாக அந்தக் கல் நின்று கொண்டிருந்தது. தனலட்சுமியை அடையாளம் கண்டு கொள்ள இந்த ஆலமரமும், இரண்டடிக் கல்லும் போதும். விரைசலாக நடை போட்டான்.

"பாத்துட்டேன்" என்றான்.

கணையாழி

பையன்கள்

"அந்த பீகார் பையனெ எதுக்குடா அடிச்சே"

"திருட்டுப் பய... கை... வெச்சுட்டான்"

"எங்க..."

"சண்முகம் மாளிகைக் கடையிலே என்னமோ சாமான திக்கித் திணறி கேட்டிருந்தவன் சக்கரை ஒரு கிலோ பாக்கெட் கட்டி வெச்சிருந்ததை எடுத்திருக்கான்."

"என்ன ஒத்துட்டானா... இல்ல சாத்தனும்னு சாத்தறீங்களா"

"ஒத்துட்ட மாதிரிதா உளறுனான். அவன் பாஷை யாருக்குத் தெரியும்"

"அவன் பீகார்க்காரனா, ஓரிசாக்காரனா, இல்லெ..."

"இப்போ ஓரிசா இல்லே... ஒடிசாதா..."

"ஆமாமா... அவன் பீகார்க்காரனா, ஒடியாக்காரனா, பெங்காலியா, வடகிழக்கு இந்தியா, மேகலயாக்காரன..."

"ஆமாமா... இதிலே ஒருத்தன் அவன் பீகார்க்காரனாக் கூட இருக்கலாம். ஒடிசாக்காரனாகவும் இருக்கலாம், மெகாலையாக்காரனா கூட இருக்கலாம். எல்லாருந்தா இங்க வேளையில இருக்காங்களே. காலையிலிருந்து கடைகள்மூடிக் கிடந்தது. இப்பத்தா தொறந்த மாதிரி இருந்துச்சு"

ரத்னவேல் அடிபட்டவனைப் பார்த்தான். உதடுகள் வீங்கிப் போயிருந்தன. சின்னதாய் ரத்தக் கீற்று அவனின் மேலுதட்டில் தென்பட்டது. தலை கசகசவென்று கலைந்து போயிருந்தது. சட்டையைப் பிடித்து உலுக்கிய மாதிரி கசங்கிப் போயிருந்தது. கட்டம் போட்ட சட்டையில் அவனின் கை புஜங்கள் தெரியுமாறு சுருட்டி தைக்கப்பட்டிருந்தசட்டை. அழுக்கடைந்த ஜீன்ஸ் பேண்ட் தரையில் புழுதியுடன் சேர்ந்திருந்தது.

"இங்க வந்தவனா இதுக்குன்னு... இல்லே இங்க எங்காச்சும் வேலை செய்யறவனா..."

"கரும்புத் தோட்டத்தில் வேலை செய்யறவன்னு நினைக்கறேன். அடிச்சப்பறமும் ஒரு வார்த்தை கூட தமிழ்ல பேசல.புது ஆளு போல இருக்கு. முந்தி வந்தவன்னா ஏதாச்சும் நாலு வார்த்தை தமிழ்ல பேசுவானில்லே. பழகிருப்பானே..."

"இருக்கலாம். இல்லே பயத்திலே தமிழ் வரமே இருக்கலாம்"

சண்முகம் கண்களை விரியத் திறந்து வைத்துக் கொண்டு பார்த்துக் கொண்டிருந்தான். குண்டு பல்ப் லேசான விளக்கொளியைப் பரப்பிக் கொண்டிருந்தது. குண்டு பல்ப்பை மாற்றச் சொல்லி பல சமயங்களில் ரத்னவேலு கூடசொல்லியிருக்கிறான். அவர் அதைப் பார்த்து சாமாதானம் ஏதாவது சொல்வார்.

"ஆனா இந்த வெளிச்சம் போதுங்க எதுக்கு மாத்திட்டு... வேற லைட்டுன்னா அதிகம் செலவாகும்"

"இதுலதா கரண்ட் அதிகமா செலவாகும். எல்இடியெல்லா போட்டுட்டா கம்மி செலவாகும். அப்புறம் சுற்றுச் சூழல், காரியமிலவாயுன்னு நிறைய..."

"இருக்கட்டுங்க. பல்ப் போயிட்டாலோ, உடைஞ்சுட்டாலோ

மாத்தறப்போ யோசிக்கிறன்"

மாடசாமியின் கண்களில் பட்டுவிடக்கூடாது என்று விறு விறுவென்று நடந்தான் ரத்னவேல். தெற்கு முக்கை கடக்கும்போது அதே போல் குண்டு பல்ப் மாட்டப்பட்ட மாடசாமியின் வீட்டைப் பார்த்தான். தூரத்து உறவில் அம்மாவின் உறவாக மாமா ஆகிறார் மாடசாமி. மாடசாமி எப்போதும் சாயங்காலமானால் குடித்துவிட்டு தள்ளாடியபடிதிரிவார். வெத்திலைத் தோட்டமொன்றில் வேலை செய்பவர். வேலை செய்கிறதிற்குச் சம்மாக ஓய்வெடுப்பார்.

"வெயில்ல அலையறமில்லையா... சாயங்காலம் ஆனா உடம்பெல்லா அடுச்சுப் போட்ட மாதிரி ஆகுது. அதுதாகுடிக்கரன்"

"வெத்தலைத் தோட்டத்தில வேலை செய்யற மத்தவங்க உங்களை மாதிரிதான் சாயங்காலம் ஆனாகுடிக்கறாங்களா..."

"அதெல்லா அவனவன் பிரியம். அவனவன் சவுகரியத்தைப் பொறுத்தது"

"அப்போ நீங்க ரொம்பவும் சவுகரியமா இருக்கறதா சொல்றீங்களா"

"அதுதான் அவனவன் இஷ்டம்... அவனவன் பிரியம்ன்னு சொல்லியிருக்கேனில்லையா"

அவர்கள் வீட்டில் இஷ்டத்திற்குத் தகுந்த மாதிரி பலரும் குடிப்பார்கள். அத்தை கூட குடிப்பாள். இரு மருமகன்கள் அங்குவரும்பொழுது மாமாவுடன் சேர்ந்து குடிப்பார்கள். ஓரே களேபரமாக இருக்கும். எந்த வகை வசவாக இருந்தாலும்அப்போது சாதாரணமாகப் புழங்கும்.வசவைத் தெளித்துக் கொள்வதற்காக ஒன்றாய் உட்காருவதைப் போலிருக்கும்.

குண்டு பல்ப் வீட்டு முகப்பை கூசி தெளிவற்றதாகிக் கொண்டிருந்தது. யாரோ விட்ட கைபேசி அழைப்பு மாடசாமிக்குவந்து அதை அவர் எரிச்சலுடன் பட்டனை அமுக்கி நிராகரித்தார். அழைப்பு மணி மறுபடியும் வந்தது. மறுபடியும் நிராகரித்தார்.

திருச்சேரையில் நடந்த பிரச்னையையொட்டி காவல் நிலையத்தில்

கூட்டம் கூடி விட்டது. திருச்சேரைக்கும், பழையனூருக்கும் சேர்ந்து ஒரு காவல் நிலையம் இருந்தது. பழையனூரில் காவல் நிலையத்தில் பொது மக்கள்கூடியதால் போக்குவரத்து தடைபட்டது. கடைகள் அடைக்கப்பட்டன. டாஸ்மார்க் பார் மட்டும் காவல் துறையைச்சார்ந்த இருவரின் காவல் துணை கொண்டு திறந்திருந்தது. அவர்கள் சவுகரியமாய் உட்கார்ந்து கொள்ள நாற்காலிகளும் தரப்பட்டிருந்தன.

மாடசாமியின் முன்னால் சின்ன டீப்பாய் இருந்தது அதில் இரவின் மங்கிய வெளிச்சத்திலும் ஊறுகாய் பாட்டில்தெரிந்தது. மது பாட்டில் ஒன்றில் பாதி சரக்கு தீர்ந்திருந்தது. அதன் மினுங்கல் பாட்டிலை அழகாக்கியிருந்தது.

"ஒயின் ஷாப் போலீஸ் பாதுகாப்போட இன்னிக்குத் தொறந்திருந்தது கண்ணு"

போதை ஏறி விட்டால் மனைவியை மாடசாமி கண்ணு என்றுதான் கூறுவார். "என் கண்ணு இல்லமே நான் இருக்கமுடியுமா" என்பார் மிகவும் நெருக்கமாய் உட்கார்ந்துகொண்டு.

"நேத்து போலீஸ் பாதுகாப்போட பொணம் போச்சாமா"

"பாதுகாப்போட எங்க போச்சு. பொணத்தை போலீஸ்காரங்கதா தூக்கிட்டுப் போனாங்களாம்"

"இன்னிக்கு போலீஸ்காரங்க பொணத்தைத் தூக்கிட்டுப் போறதா படமாக் கூட பத்திரிக்கையில் போட்டிருக்காங்களாம்"

"செரி... செரி... போக்கத்தவனுக்கு போலீஸ்காரன் வேலையுன்னு சொன்னது இப்போ பொணத்தைத் தூக்கறதும்போலீஸ்காரன் வேலைன்னு ஆயிப் போச்சு போல..."

மாடசாமியின் கண்களில் பட்டுவிடக் கூடாது என்று விறு விறுவென்று நடந்தான் ரத்னவேல். பெரும்பாலும் மிதிவண்டியில் தான் உள்ளூரில் இருக்கும் இடங்களுக்குச் செல்வான்.

"தவணைக்குன்னு ஒரு டி.வி.எஸ். வாங்கிக்க என்று அவன் அம்மா சொன்னாலும். " சைக்கிள் போதும்மா" என்பான்.

“நெறைய விஷயம் இருக்கும்மா. ஒடம்புக்கு சைக்கிள் ஓட்டறது ஒரு எக்சசைஸ் போல அப்புறம் எரிபொருள், மாசுன்னு...”

“ஸ்கூல்ல கிளாஸ் எடுக்கறமாதிரி என்கிட்டயும் பேசாதடா...”

“உனக்கு வெளங்கற மாதிரி சொல்லனும்னு...”

“செரி.. நானும் புரிஞ்சிக்கறேன்...”

புழுதியைப் பரப்பிச் சென்ற டூரிஸ்ட் வேனின் விரைவு அபரிதமான வேகத்தில் இருந்தது.

மூக்கைச் சுளித்தவாறு பெரிய தும்மலை போட்டான். புழுதி சற்றே அடங்கி எதிரிலிருந்த “டாஸ்மாக் பாரை“க்காட்டியது. இயற்கை சூழலுடன் இருக்கும் மதுபானக் கடை என்ற போர்டு பல வருடங்களாய் அங்கிருந்தது. அந்தபோர்டு போட்ட சில நாட்களிலிலேயே அந்தப் பெயருக்கான காரணத்தைப் புலனாய்வு செய்து கண்டறிந்தான். உள்ளேஇரண்டு வேப்ப மரங்களும், ஒரு புன்னை மரமும், சீமைக்கருவேல மர புதரும் இருந்தன. அவையே இயற்கைச் சூழல்என்ற அடைமொழியை அந்த மதுபானக் கடைக்குக் கொண்டு வந்திருந்தது. வண்டியில் இருந்த பாத்திரங்களூடே ஆவிபறந்து இட்லி தயாராகிக் கொண்டிருப்பத்தைச் சொன்னது. பாத்திரத்தின் வெக்கை கொஞ்ச தூரம் பரவியிருந்தது.

மதுபானக் கடையிலிருந்து சாவகாசமாக வெளியேறிய இரு மாணவர்கள் எட்டாம் வகுப்பு “ஈ” பிரிவைச் சார்ந்தவர்கள் என்பதை ரத்னவேலால் சரியாக அடையாளம் காண முடிந்தது. தன்னிடம் பாடம் கற்கிற மாணவர்கள்தான் என்பது ஞாபகம் வந்தது. லாரியொன்று பெருத்த புழுதியால் அவன் முகத்தை கைக்குட்டையால் மூடச் செய்தது. மூச்சு முட்டுவதுபோலிருந்து.

சண்முகம் மாளிகைக் கடையில் அடிபட்டப் பையன் கண்களில் வீக்கம் தெரிய கால்களை விந்திக் கொண்டு நடந்து அவனின் மிதிவண்டியைக் கடந்து போனான்.

இலக்கிய வேல்

விரதமிருப்பவளின் கணவன்; தூங்காத இரவுகள்

அவனுக்கு மூன்று நாட்களாக தூக்கமில்லை. அவன் அப்படி ஒன்றும் அழகானவன் இல்லை. அப்புறம் சொல்லிக் கொள்ளும்படியானவன் இல்லை. கதைக்கு வேண்டுமானால் கதாபாத்திரமாக்கி கொள்ளலாம். அப்புறம் அவன் அப்பா பெயர் சுந்தரம். அம்மா பெயர் காத்தாயி. இரண்டு பேரும் செத்துப் போய் விட்டார்கள்... அப்புறம்... அவன் செய்யும் தொழில் ஒன்றும் சொல்லிக் கொள்ளும்படியானது இல்லை. வாடகைக்கு தள்ளுவண்டி எடுத்துக் கொண்டு காய்கறி, பழங்கள் விற்பது... அப்புறம்... அப்புறம்... அப்புறம் அவனைப் பற்றி சொல்லிக் கொள்ளும்படி எதுவும் இல்லை. அப்புறம் அவன் வயது 45, குழந்தைகள் இல்லாதவன். அதை ஒரு தொந்தரவாக எடுத்துக்கொள்வதில்லை. அவ்வளவுதான்.

அவனுக்கு மூன்று நாட்களாக தூக்கமில்லை கைபேசியில் நடு இரவில் ஏதாவது தொலைபேசி அழைப்பு வந்து விடுகிறது. முந்தின நாலாம் நாள் இரவு சித்தப்பா வகையில் ஒருத்தர் செத்துப் போனதற்காய் திருப்பத்தூருக்கு போய் விட்டு வந்தான். துக்க கலக்கம் ஏதும் இல்லை. தூக்கக் கலக்கம். நக்சலைட்டுகளுக்கு

எதிராக செத்துப்போன காவல் துறையினருக்கு நினைவாக அமைக்கப்பட்ட நினைவுத்தூண் அருகில் செத்து கிடந்தார். ஓயாத போதையில் உயிர்பிரிந்திருக்கிறது. வீட்டில் யாருக்கும் பிரயோசனமில்லதவராக 68 வயது வரை இருந்தவர். பெயிண்ட் அடிக்கும் வேலையில் சம்பாதிப்பது. பெயிண்ட் வாசம் உடம்பிலிருந்து மறைகிறவரைக்கும் தண்ணி போடுவது என்று 55க்கு மேல் வாழ்க்கையைக் கழித்தவர்.

ரொம்பவும் களைத்துப் போயிருக்கிறாள் என்று அவனை சீக்கிரம் தூங்கச் சொன்னாள் அவன் மனைவி. அவளுக்கு 40. உதிரியாக ஏதாவது வேலை செய்வாள். அதுவும் அவனுக்கு வேலை இல்லாமல் காசு புழக்கம் இல்லாதபோது. அப்புறம் ஹோம் மேக்கர். அப்புறம் அவ்வளவு அழகானவள் இல்லை. உடம்பு சற்று பூரித்திருக்கும். அவள் உடம்பின் பூரிப்பைப் பார்த்து அவன் சோப்புக் கட்டி போல நிகுநிகுவெனு இருப்பதாகச் சொல்வான். அவன் திருப்தியாய் முயங்கி களைத்துக் கிடக்கையில் தேக்கு மரம்யா என்பாள். அப்புறம்... அப்புறம்... அவளைப் பற்றிச் சொல்வதற்கு வேறொன்றும் இல்லை.

அவன் தள்ளுவண்டியை வாடகை எடுத்த இடத்தில் தின வாடகையைக் கொடுத்து விட்டு படுக்கையில் சாய்ந்த போதே ஒன்பது மணியாகியிருந்து.சொந்தமாய் ஒரு தள்ளு வண்டி வாங்குவதே அவனின் சமீப லட்சியம். நீண்ட நாள் லட்சியம் கூட... நீ பயணத்தால் ரொம்பவும் களைத்துப் போயிருக்கிறாய் நன்றாகத்தூங்க வேண்டும் என்று ஆசீர்வதித்தாள். உன்னுடன் மல்லாடி களைத்து விழுந்தால்தான் நல்ல தூக்கம் வரும் என்றான். அவள் புரிந்து கொண்டாள். ஆனால் விரதத்தில் இருக்கின்றேனே... என்றாள். இருந்தால் என்ன... சமீபத்தில் நாலைந்து வருடங்களாக சித்திரையில் விரதம் இருக்கிறாள். குழந்தை வேண்டுதல்தான், கொண்டத்து அம்மன் கோவிலில் குண்டம் மிதிப்பாள். தீச்சட்டி எடுத்துப்ப்போவாள். 18 நாள் விரதம். நாள் நெருங்கி விட்டது அவனின் ஞாபகத்தில் இருந்தது. இது போன்ற சமயத்தில் அவளின் ஒத்துழைப்பும் இருக்கும். வெண்ணிலா அய்ஸ் பிடிக்கும் என்பாள். களைத்துப் விழும் வரைக்கும் ஒத்துழைப்பாள். அப்படித்தான் ஒத்துழைத்தாள்.

மூன்று நதிகள்

விரதகாலத்தில் நேரடியான கலவியை மறுப்பாள் விரதம் இருக்றேனே. இது விரதத்துக்கு விரோதம் இல்லையா. உங்களுக்கு தேவை. நிறைவேற்ற வேறு வழி இல்லை. அவன் அயர்ந்து வெயிலில் அலைந்து திரிந்ததன் உடம்பு நோவு போக தூங்க ஆரம்பித்தான். அரை மணி நேரம் தூங்கியிருப்பான். கை பேசியிலில் ஒரு அழைப்பு.வழக்கமாய் வரும் அழைப்புகள் எதுவும் இந்த நேரத்தில் இருக்காது. கைபேசிக்காரர்கள் குறுஞ் செய்திகளை இரவில் அனுப்பாமல் இருக்கிற நாகரீகம் அவனுக்குப் பிடித்திருந்தது. அது குறுஞ்செய்தியில்லை. அழைப்புதான். கரகரத்தகுரலில் பேச ஆரம்பித்தான். பேச்சென்றில்லாமல் கைபேசியில் அழுகுரல் கேட்டது. அய்ய்யோ.. என்றபடி. அவன் துண்டித்து விட்டு முழுதுமாய் அணைத்து விட்டான். அவள் தூக்கம் கலைந்து அவள் தலை விரிகோலமாய் நின்றாள். அவளின் தலையை இசுக்கி முன்னம் கலைத்திருந்தான். “வழக்கமாத்தா தூக்கத்தைக் கெடுக்கறதுகு... நாய்க...” அவன் உபயோகப்படுத்து குறைந்தபட்ச கெட்டவார்த்தை நாய். யோனியில் ஆரம்பித்து அதை சுவைப்பது வரை நிறைய கைவசம் வைத்திருப்பான். அவனுக்கு சமீபமாய் இதுபோல் இரவில் தொலைபேசி அழைப்புகள் வருவது சாதாரணமாகிவிட்டது. நல்ல தூக்கத்தைக் கெடுப்பதற்கென்று வரும் அழைப்புகள். அழுகிற குரல் கேட்கும். வாகனச் சப்தம் கேட்கும். சில சம்யம் சிரிப்பொலி கேட்கும். பல நாட்கள் கைபேசியை அணைத்து விட்டுத் தூங்குவான். அல்லது சைலண்ட்டில் போட்டு விட்டுத் தூங்குவான். சைலண்ட்டில் போட்டுவிட்டுத் தூங்குகிற நாட்களில் அழைப்பெதுவும் வருவதில்லை என்பது போல் அதை செய்ய மறந்த நாட்களில் திடுமென வரும். தூக்கம் கெட்டு விடும். அவனுக்கு விரோதிகள் யார் என்று பட்டியல் போட்டுப் பார்த்தான். நாலைந்து பேர் தென்பட்டனர். மல்டிலெவல் மார்கெட்டிங்கில் அவன் பணம் முதலீடு செய்ததில் ஏமாற்றமடைந்தது. சூரிட்டி கையெழுத்தில் ஏமாந்து பஞ்சாயத்தில் போய் நின்றது. ஒரு கட்டிட மேஸ்திரியை கிண்டலடித்ததால் அவன் நீ என்ன பெரிய கலெக்டரா என்று கேட்டது. கடைசியாக வாடகைக்கு இருந்த இடத்தில் பக்கத்து வீட்டில் இருந்தவனுடன் சண்டை. அவன் ஒரு வகையில் மன நோயாளி போல. சரியாக வேலைக்குப் போக மாட்டான்.

சோம்பலாய் கிடப்பான். பொது மருத்துவமனைக்குப் போய் தூக்க மாத்திரை வாங்கி வருவான்.பெரும்பாலும் அவன் சரியாகத் தூங்கவில்லையென்றால் அவளே கூட்டிக் கொண்டு போவாள். அவனைப் பார்த்து சுந்தரம் மனைவி லூசுப்பயலே என்று அவன் காது பட சொல்லப்போக அவன் எட்டி உதைக்க, இவள் செருப்பை எடுத்துக் காண்பிக்க ரகளைதான். இந்த புது வாடகை வீட்டிற்கு வந்த பின் இந்த வகை இரவு அழைப்புகள்.லூசுப்பையன் கைபேசி பயன்படுத்துவதில்லை. அவன் மனைவியிடம் உண்டு. அவளுக்கு இந்த வகை தொல்லை தரும் தைரியம் இருக்காது. டிராபிக் சப்தம், மழை விழும் சப்தம், அழுகைச் சப்தம் இவையெல்லாம் புது சைனா செட்டில் இருப்பதை சுந்தரம் அறிவான்.அவன் வழக்கம் போல் கெட்ட வார்த்தைகளை உதிர்க்க ஆரம்பித்தான். தன் தூக்கம் கெட்டுப் போகச் செய்கிறவர்களைச் சபித்தான்.மனைவியும் அவன் சொல்லாமல் விட்ட கெட்ட வார்த்தைகளை உதிர்த்தாள். பக்கத்து வீட்டில் யாராவது கோபித்துக் கொள்ளலாம் என்ற யூகத்தைச் சொன்ன பின் அவள் நிறுத்திக் கொண்டாள். அவள் வாங்கியிருந்த கைபேசி கால்மணி நேரத்திற்கொரு முறை வரவேற்பு சப்தம் எழுப்பி இரவில் தொல்லை கொடுத்ததால் அவள் அந்த கைபேசிக்கம்பனியை மாற்ற வேண்டி இருந்தது.

தூக்கம் கலைந்து விட்டது. கைபேசி அழைப்புபோலிருந்தது. அவன் கைபேசி ஒளிரவில்லை. பக்கத்து வீட்டில் இருக்கலாம், இனி தூக்கம் வராது. அல்லது வெகு தாமதமாகும்.தூங்கிக் கொண்டிருப்பவளை எழுப்பினால் விரத்தில் இருப்பதாய் சொல்வாள். கைபேசியை எடுத்து தாறுமாறாய் பொத்தான்களை அழுத்தினான். அடுத்த முனையில் யாரோ தூக்கக்கலக்கத்தில் ஹலோ என்றார்கள்.

கனவு

அதிகாரம்

சோற்றுக்கையின் பிசுபிசுப்பு வெளிச்சத்தில் மினுங்கிக் கொண்டிருந்தது. கழிப்பறையில் குவிந்து கிடந்த அபரிமிதமான வெளிச்சம் பழனிக்கு கண்களைக் கூசச் செய்தது. எவ்வளவு நேரம் ஆனாலும் இந்த எண்ணெய் மினுக்கல் போய் கை காயாது... போகாது என்று தோன்றியது. சாதாரண சோற்று மிச்சம் என்றால் காய்ந்து விடும். ஆனால் எண்ணெய் கலந்து இந்த மினுமினுப்பு அபரிதமாகி அறையையே நிறைத்துக் கொண்டிருப்பது போலிருந்தது.

வாஷ்பேசின் குழாய் மூடியைத்திரும்பத் திரும்ப திறந்தும் மூடியும் பார்த்தான். இடது கையால் அதன் மேல் படாலென்று தட்டு தட்டினான். தண்ணீர் பொலீரென்று கொட்டி விடும் என்று நினைத்தான். பேருந்து நிறுத்தங்களில் எடை பார்க்கும் இயந்திரங்களை இப்படி தலையில் தட்டி காசை வரவழைத்த இரு முறை நிகழ்வுகள் ஞாபகத்திற்கு வந்து போயின அது போல் இப்போதும் திரும்பத்திரும்ப அதன் மேல் தட்டினால் தண்ணீர் குபுக்கென்று கொட்டும் என்பதை திடமாய் நம்பினான். வாஷ்பேசின் கீழ்ப்பகுதியில் இருக்கும் திறந்து மூடும் உபாயத்தை திருகினான். தண்ணீர் வராதது அவனை எரிச்சலடையச் செய்தது. கழிப்பறையிலிருந்து வெளிக்கிளம்பிய நாற்றம் ரொம்ப நேரம் அங்கு நிற்க முடியும் என்று தோன்றவில்லை.

அவன் பெரும்பாலும் மேல்தளத்தில் உள்ளக் கழிப்பறையைத்தான் பயன்படுத்துவதான். அலுவலகத்தில் மற்றவர்கள் இந்தக்கீழ்த்தளக் கழிப்பறையைப் பயன்படுத்துவார்கள். மற்றவர்கள் என்றால் அய்ந்து பேர். நான்கு பேர் வெளிப்புறப் பணியாளர்கள். இன்னொரு அறையில் கணினியோடு மல்லாடும் ஒருவர் ஆறாவது விரல். முக்கியமான விரல் அவர். பழனி மேல்தளத்தில் உள்ளக் கழிப்பறையைப் பயன்படுத்துவதற்குக் காரணம் அவன் அதிகாரி. ஆறு பேருக்கு அதிகாரி. அறையிலேயே உட்கார்ந்து சாப்பிட்டுக் கொள்வதால் கையோடு கீழ்த்தளக்கழிப்பறை வாஷ்பேசினை டிபன்பாக்ஸ் கழுவப் பயன்படுத்துவார். இன்னும் இரண்டு தொலைபேசி இணைப்பகங்கள் தெற்கு, கிழக்கு என்று ஏழு கி.மீ. தூரத்தில் இருந்தன. அவையும் அவனின் கட்டுப்பாட்டில் இருந்தன. அவற்றில் இருவர், நால்வர் என்று பணியாட்கள் இருந்தனர். எல்லாம் நகரின் மத்தியிலிருந்து தூரத்தில் பொதுமக்களின் பெரும் சேவைக்கென எப்போதோ உருவாக்கப்பட்டவை. (ஆங்கிலேயர் காலத்தில் உருவாக்கப்பட்டவை அல்ல. சுதந்திர இந்தியாவில் உருவாக்கப்பட்டவை. *1,76,000* கோடி ஊழலுக்குப் பின்னும் உயிர்த்திருக்கும் துறை). அவர்கள் இந்தத் தலைமையகத்திற்கு பெரும்பாலும் வரமாட்டார்கள். குட்டி ராஜ்யத்தின் அதிகாரி பழனி.

பழனிக்கு கிருஷ்ணன் பெயரைச் சொல்லிக் கத்தவேண்டும் போலிருந்தது. இங்கு எல்லா உதிரிகாரியத்திற்கும் கிருஷ்ணன்தான். கத்திப் பயனில்லை. இப்போதுதான் சாப்பிட வீட்டிற்கு சென்றிருந்தான். அவ்வளவு தூரம் குரல் கேட்காது. அப்புறம் பழனியின் குரல் கீச்சுகீச்சான பலவீனமானதுதான்.

அந்தக் குட்டி இணைப்பகத்தில் எல்லாம் கிருஷ்ணன்தான். ராமநாதபுரம் மாவட்டத்தைச் சார்ந்தவன். இங்கு வந்து தற்காலிகப் பணியாளராகச் சேர்ந்து *15* ஆண்டுகள் ஓடி விட்டன. இன்னும் நிரந்தரமாகவில்லை. துறை தனியாருக்கு விலை போயிக் கொண்டிருக்கிறது . எப்போது வேண்டுமானாலும் முழுமையாக தனியாரிடம் போய்விடலாம். சென்ற ஆட்சியிலேயே அதற்காக ஆயத்தங்கள், மசோதாக்கள், *50* சதவீதத்திற்கும் அதிகமான பங்குகளை தனியாருக்குத் தாரை வார்ப்பது போன்றவை

நடந்தேறிவிட்டன. இடதுசாரிகள் கொஞ்சம் அதிகம் உறுப்பினர் எண்ணிக்கையில் பாராளுமன்றத்தில் இருந்து சத்தம் போட்டு முட்டுக்கட்டை போட்டனர். அதனால் தாமதமாகிக் கொண்டிருந்தது. இன்னும் சில நடவடிக்கைகள் பாக்கியிருந்தன. இந்த நிலையில் கிருஷ்ணன் தற்காலிகப் பணியாளராகவே திருமணம் செய்து கொண்டு, குழந்தை பெற்றுக் கொண்டு அற்பசம்பளத்தில் ஓட்டிக் கொண்டிருந்தான். வெளியே வேலை என்று போகிறபோது கிடைக்கிற அதிகப்படியான வருமானம், புதிய இணைப்புகளுக்காக தயார் செய்யும் போது கிடைக்கும் அன்பளிப்பு என்று கொஞ்சம் உபரியாக ஏதோ கைக்கு வந்தன. மச்சினன் பேரில் சிம்கார்டு விற்பது, புது தொடர்பு விசேசங்கள் என பிரான்சியையாக இன்னும் கொஞ்சம் உபரி பணம் சேர்த்தான்.

வலது கை காய்வது மாதிரித் தெரியவில்லை. தக்காளிச் சாதம் சாப்பிட்டது. அதன் எண்ணெய் பிசுக்குதான் ஒட்டிக் கொண்டிருக்கிறது. கண்மணியிடம் கேட்டால் இதெல்லாம் எண்ணெய் இல்லை என்பாள். தக்காளியிலிருந்து வடிந்து இப்படி ஒட்டிக் கொள்கிறது என்பாள். இந்த எண்ணெய் பிசுபிசுப்பைப் போக்க மண் தரையில் கையை வைத்து அழுந்த தேய்க்கலாம் என்று தோன்றியது.

கழிப்பறை குழாயில் தண்ணீர் வருவதில்லை. போரிங் தண்ணீர் எடுக்கும் மோட்டார் பழுதாகி விட்டது. அதை பழுது நீக்க நான்காயிரம் ரூபாய் ஆகும் என்பதால் மூன்று கொட்டேசன்கள் வாங்கி கோப்பை நகர்த்தியிருந்தான் பழனி. இப்போதெல்லாம் உள்ளூர் டிபுடி ஜெனரல் மேனேஜருக்கே அய்ந்தாயிரம் ரூபாய் வரைக்கும்தான் பண விவகாரத்தில் அதிகாரம் இருந்தது. முன்பெல்லாம் பழனிக்கு மூத்த அதிகாரிக்கே அந்த அளவு அதிகாரம் இருந்தது. பணத்தேவைக் கோப்பு கிடப்பில் இருக்கிறது. அதனால் அதுவும் பழுது பார்க்கப்படாமல் கிடந்தது. பிரதானக் குழாயிலிருந்து வாரம் ஒருநாள் வரும் தண்ணீர் தொட்டியில் நிரம்பிக் கொள்ளவென்று ஆகும் அதை கழிப்பறைகென்று கூட கிருஷ்ணன் தண்ணீர் எடுத்து பக்கெட்டில் நிரப்பி வைத்துக் கொள்வான். அந்த வேலையும் அவனுடையது. தற்காலிகப்

பணியாளர் வேலை. அப்புறம் கழிப்பறை சுத்தம் செய்யும் வேலையில் ஒப்பந்ததாரரிடம் அவனின் மனைவி பெயரில் மாதச்சம்பளம் பெற்று தன் வருமானத்தைக் கணிசமாகப் பெருக்கிக் கொண்டிருந்தான் கிருஷ்ணன்.

கீழ்க் கழிப்றையில் தண்ணீர் இல்லை. மேல்தளக் கழிப்பறையில் அதிகாரி என்ற வகையில் பழனி உபயோகப்படுத்துதற்கு தண்ணீர் கொண்டு வந்து வைக்கும் வேலையை கிருஷ்ணன் சரியாகவே செய்வான் என்ற முறையில் மாடிப்படிகளைக் கடந்தான். அவனின் இடது கையிலிருந்த எண்ணெய்பிசுக்குடனான பாத்திரம் அவனைப் பார்த்துச் சிரிப்பது போல் கழிவுகளுடன் இருந்தது. கோபம் வரும்போது அதை தரையில் விசிரும் பழக்கம் அவனிடம் உண்டு. அதனால் அது அங்கங்கே முனைகளில் ஒடுங்கி இருக்கும். அவன் முகம் அது போல் இடுங்கி கோணலாகி இருப்பதாய் அவனுக்குள் நினைத்துக் கொண்டான்,இப்போதும் கூட கிருஷ்ணன் பெயரைச் சொல்லி அதை விசிறலாமா என்று நினைத்தான். எதுவும் பயன்தரப்போவதில்லை. அது தரும் நாரசத்தம் காதை நிறைப்பதைத் தவிர .

வாட்டர் மணியைக் கண்டு பிடிப்பது அடுத்த புலனாய்வுக் காரியமாக இருந்தது பழனிக்கு. கிறிஸ்டி ஒரு தன்னார்வ நிருவனத்தில் மாலை நேர வகுப்பில் குழந்தைகளுக்கு பாடம் சொல்லித்தருபவள். அவளைக் கிறிஸ்துவச்சியாக அந்த வீதியில் உள்ளவர்கள் அடையாளம் கண்டு கொள்வார்கள். சேவை செய்பவளாகவும். அவள்தான் கிருஷ்ணன் திண்டாடுவதைப் பார்த்து விட்டு “நேத்து ரோட்டு மொனையிலே வாட்டர் மணி தண்ணி பைப்பிலே என்னமோ பண்னிட்டிருந்தான். அவனக் கேட்டா செரியாத் தெரியும்” என்று புலனாய்வின் உச்சகட்ட யோசனையைச் சொன்னாள்.

“வாட்டர் மணி கூட ராமண்னனும் இருந்தான்”

ராமண்ணன் பஞ்சாயத்து அலுவலகத்தில் தற்காலிக வேலையாள். அல்லது பஞ்சாயத்துத் தலைவருக்கு எடுபிடி. கிருஷ்ணனைப் போலவே நெடுநாளாகப் பணிபுரிபவன். கிருஷ்ணனுக்கு நன்கு பழக்கமானவன் கூட.

ராமண்ணனை கைபேசியில் பிடித்த பின் அவனே அலுவலகம் வந்து விட்டான்.

“தண்ணி வர்லீன்னாங்க. நாந்தா பைப்லெ கட் பண்ணுனேன்”

“எதுக்கு...”

“நீங்க எதுக்கு ஆபீஸ் போனே கட் பண்ணுனீங்க”

“பில் கட்டுலெ அதுதா”

“நீங்களும் தண்ணி வரி கட்லே ரெண்டு வருசமா பஞ்சாயத்துக்கு. அதனாலதா”

“அதுதா பைல் மூவ் ஆகியிட்டிருக்கே... இது உங்களுக்கே தெரியுமே”

“நீங்க தண்ணி வரி கட்டுங்க. நாங்க தண்ணி உடறம்”

“அதுக்கும் இதுக்கும் என்ன சம்பந்தம்”

“எங்க ஆபீஸ் போனே கட் பண்ணுனீங்க. அதெ கனைக்ட் பண்ணுங்க. பைப்பையும் கனெக்ட் பண்றம்”

“அதெல்லா எங்க கையில இல்லெ”

“மொதல்லெல்லா பண்ணிகிட்டிருந்தீங்க...”

“அப்போ பழைய சிஸ்டம். பணம் கட்டுலீன்னா கட் பண்ணுவம். அட்ஜஸ்ட்ம்ண்ட்லே உட்டிருவம். இப்போ அதெல்லா எலக்ட்ரானிக்ஸ் சிஸ்டத்லே செண்ட்ரலைஸ் ஆயிருச்சு. இப்போ டவுன் ஆபீசிலெதா அதெல்லா கம்யூட்டர்லே பண்ராங்க. அவங்கதா பண்ணனும்”

“இது மாதிரின்னு சொல்லி கனைக்சன் குடுக்கச் சொல்லுங்க”

“பணம் கட்டாமெ பண்ணமாட்டாங்க”

“பஞ்சாயத்துக்கு பண்ட் ஒண்ணும் வர்லே. தீந்து போச்சு.

அடுத்த செக் வரும் போது கட்டிருவம் சி.எம். அம்மா உடம்பு செரியில்லாமெ இருக்கறதுனாலதா செக் கூட வர்லீன்னு சொல்லிக்கறாங்க"

"அதுக்கும் இதுக்கும் என்ன சம்பந்தம்"

"ஆபீஸ் போன், பைப்லைன் மாதிரிதா இதுவும் சம்பந்தம் இருக்கு. கையிலிருந்து காசு போட்டுக் கட்ட முடியாது. செக் வரும் போது கட்டுவோம். அதுவரைக்கும் போன் வேலை செய்யணும்"

"பணம் கட்டாமெ முடியாதே... அதுவும் அது விபிடி. வில்லேஜ் பஞ்சாயத்து போன்கற பேர்ல சாதாரண ஜனங்க ஊஸ் பண்ரதுக்கு இருக்கறது. உங்க ஆபீசுக்குன்னு பயன்படுத்தறீங்க. நாங்களும் உட்டுட்டு இருக்கம்"

"பஞ்சாயத்துத் தலைவர் சொன்னார். நான் கட் பண்ணிட்டேன். அவர்தா சொல்லணும்"

"எவன்யா இவனுக்கெல்லா ஓட்டு போட்டுத் தலைவனாக்குனான். சம்பந்தமில்லாமெ கவர்மெண்ட் பில்டிங்க்லெ தண்ணியெ கட் பண்ணிட்டு..."

"என்ன இப்பிடி சொல்றீங்க"

"ஆமா பின்னென்ன. நியாயம் வேண்டாமா"

கிருஷ்ணனுக்கு சங்கடமாகப் போய்விட்டது. ராமண்ணன் அலுவலகமே வந்து விட்டான். எப்படியும் மடக்கி சமாதானப் படுத்திவிடலாம் என்று நினைத்திருந்தான். இல்லாவிட்டால் தெரு முனைக்குச் சென்று தண்ணீர் கொண்டு வந்து கழிப்பறை உபயோகத்திற்கு நிரப்ப வேண்டும். குடி தண்ணீருக்கு தினமும் ஒரு குடம் என்ற ரீதியில் வீட்டிலிருந்து தண்ணீர் கொண்டு வர வேண்டும். அது அவனை உறுத்தியது.

ராமண்ணன் விருட்டென்று போய் விட்டான். கிருஷ்ணன் "போகட்டும் சார். பஞ்சாயத்துத் தலைவரைப் பாத்து

சொல்வீர்ரன்” என்றான்.

ஆனால் நாலைந்து நாட்கள் சாப்பிட்ட கையை மண்ணில் போட்டுத் தேய்க்காத குறையாக எப்படியோ கழுவுக் கொண்டிருந்தான் பழனி. கழுவாமல் சாப்பட்டு பாக்சை வீட்டிற்குக் கொண்டு செல்லும் பழக்கம் வந்து விட்டது. தினம் இலைப் பொட்டலம் கொண்டு வரலாமா என்று யோசித்தான். சாம்பார் ரசம் என்று ருசி பார்த்த பின் வெறும் பொட்டல சாதம் திருப்திப்படுத்தாது என்பதும் தெரிந்த்து. அலுவலகத்தைச் சார்ந்த மற்றவர்கள் வெளி வேலைக்குச் சென்றால் அங்கேயே சாப்பிட்டனர். அல்லது அலுவலகத்தில் சாப்பிடும் போது சோத்துக்கையை மட்டும் கழிவறைத் தண்ணீரில் கழுவுவதில் பழக்கப்படுத்திக் கொண்டனர் .

கிருஷ்ணனிடம் இருந்து அலுப்பான பெரு மூச்சுதான் ஏதாவது கேட்டால் வந்தது .

“சேர்மனைப் பாத்தீங்களா”

“ராமண்ணன் வத்தி வெச்சுட்டான். எல்லாம் கெட்டுப் போச்சி” என்பதைத் திரும்பத் திருமபச் சொன்னார்.

“என்னாச்சு...”

“எவன்யா இவனுக்கெல்லா ஓட்டு போட்டுத் தலைவனாக்குனான்னு நீங்க சொன்னதே அப்பிடியே அங்க சொல்லிட்டான். அவர் முடியாது போன்னுட்டார். தண்ணி வரி கட்டிட்டு சொல்லுனு விரட்டிட்டார்”

“ராமண்ணன் அதெ எதுக்கு அங்க சொல்லணும். சாதாரணமாத் தானே பேசிகிட்டிருந்தோம்”

“அதுதா... ராமண்ணன் வத்தி வெச்சுட்டான். தண்ணி வரி பைல் என்னாச்சு சார்”

“ஜிஎம் ஆபீசுக்குப் போயிருக்கு. இப்போ பினான்சியல் பவர் மாறிப் போனதாலெ செக் அங்க இருந்துதா வரணுமாமா.

அதுவும் ரெண்டு வருச பாக்கி வேற, தாமதமானதுக்கு காரணம் கேட்கறாங்க”

கிருஷ்ணன் பார்த்தது கந்தசாமியை. அவர் மனைவிதான் ஓரிஜினல் பஞ்சாயத்துத் தலைவர். ஆனால் கையெழுத்து உட்பட கந்தசாமியே எல்லாவற்றையும் போட்டு நிர்வாகம் செய்து வந்தார். இரண்டு பருவங்கள், பத்து ஆண்டுகள் கந்தசாமி பஞ்சாயத்துத் தலைவர் ஆக இருந்தார். அடுத்து அத்தொகுதி பெண்களுக்கென்று ஒதுக்கப்பட்டதில் கந்தசாமியின் மனைவி நின்று வெற்றி பெற்றார். ஆனால் நிர்வாகத்தை கந்தசாமியே தொடர்ந்து கவனித்துக் கொண்டிருந்தார். எனவே கிருஷ்ணன் பார்த்தது கந்தசாமியைத்தான். ஓரிஜினல் பஞ்சாயத்துத் லைவரை அல்ல.

“கொஞ்சம் வெயிட் பண்ணீப்பாக்கலாம் சார். அந்த ஆள் மனசு மாறுதான்னு. என்னதா இருந்தாலும் இவ்வளவு பழகியும் ராமண்ணன் வத்தி வெச்சுட்டான் . வருத்தமா இருக்கு. நாந்தா சிரமப்படணும். பாக்கறன். காண்ட்ராக்ட்லே என்னோட டூட்டி எட்டு மணி நேரம் இருந்ததெ ஏழு மணி நேரமா கொறச்சிருக்காங்க. சுத்தம் பண்றதுக்கு எட்டு மணி வேலை எதுக்குன்னு அஞ்சு மணி நேரம்ன்னு பண்ணியிருக்காங்க. பிரயோஜனமில்லாமெத்தா இருக்கு. போயிட்டிருக்கு “

ஆறு பேருக்கு ஒரு தொழிற்சங்கம். தொழிற்சங்கப்பிரதி வேறு அவ்வப்போது தலைமையகத்திலிருந்து தண்ணீர்ப் பிரச்சினை பற்றிக் கூப்பிட்டு மிரட்டிக் கொண்டிருந்தார். தொழிற்சங்க இலக்கியப்பிரிவின் மாவட்ட, மாநில மாநாட்டிற்கென்று பழனி நன்கொடை அவ்வப்போது கொடுத்திருக்கிறான்.

“தண்ணி பிரச்சினை அப்பிடியே இருக்குதே காம்ரேட். நீங்க எங்க ஆளுனாலெ வுட்டுட்டு இருக்கோம். நல்லதண்ணி பைப் பிரச்சினை. அப்புறம் போரிங்க் பைப் பிரச்சினை”

“போரிங்க் பைப் பிரச்சினை சீக்கிரம் முடிஞ்சும். மூணு கொட்டேசன் வாங்குனதிலெ ஒண்ணுலே சின்ன ரிமார்க். அது முடிஞ்சிடும். ஒத்துழைங்க காம்ரேட்”

கோட்டப்பொறியாளர் அலுவலகத்திற்கு வந்த நாளில் மாட்டிக் கொண்டான் பழனி. மாடி கழிப்பறையை அந்தப் பெண்மணியிடம் அவன் காட்டியிருக்கலாம். ஆனால் கோட்டப்பொறியாளர் கழிப்பறைக்குள் போன வேகத்தில் திரும்பி வந்து முகம் சுளிக்க நின்றார்.

“என்ன இது இவ்வளவு மோசமா இருக்கு. டாய்லெட் கிளினிங்க்கு காண்டிரேகடர் பணம் தர்ரதில்லையா என்ன.பினாயில் சப்ளை பண்றதில்லையா. தண்ணியில்லியா”

“மேல இருக்கற டாய்லெட்டுக்குப் போங்க. கொஞ்சம் தண்ணிப் பிரச்சினை”

“மேல இருக்கறது இருக்கட்டும். இதெப்பிடி கெடக்குது. காண்டிராக்ட் கென்சல் பண்ணலாம் போலிருக்கு. பொண்டாட்டி பேர்ல கிருஷ்ணந்தானே இந்த வேலையைச் செய்யறார்”

“மோட்டர் ரிப்பேர் பைல் ஜஎம் ஆப்பீஸ்லெ பெண்டிங் மேடம்...”

“பஞ்சாயத்து கனெக்ஷனல் தண்ணி வருமே...”

“அதுலே அடப்பு. ரெண்டு வருஷமா தண்ணி வரி அவங்களுக்குக் கட்டலே. அதனால”

“கட் பண்ணிட்டாங்களா”

“இல்லே வரும்”

“ஏதாவது இருந்தா சொல்லுங்க பஞ்சாயத்துத் தலைவர் கிட்ட பேசறன். இல்லீன்னா கமிசனர்கிட்ட பேசலாம். தண்ணியில்லாமெ எப்பிடி பொழங்குவாங்க ஸ்டாப்... யூனியன் வேற பிரச்சினை பண்ணப்போறாங்க.கழுகுப் பார்வையா எது கெடைக்கும், பிரச்சினை பண்ணலாமுன்னு காத்திட்டிருக்காங்க”

“மோட்டார் ரிப்பேரிங் பைல், தண்ணி வரி பைல் ரெண்டும் பெண்டிங்க்லே இருக்கு மேடம்”

“கேபிள் பில் செட்டில் ஆகாதது பாக்க நாளைக்குப் போறென்னு சொன்னீங்கல்லெ. அப்போ ஜிஎம் ஆபிசிலெ இந்த ரெண்டு பைலியும் பாத்துட்டு வாங்க என்னாச்சுன்னு”

வியர்த்துக் கொட்டியது பழனிக்கு. எப்போதும் பழனி தொள தொள சட்டையைத்தான் அணிவான். அப்போது அச்சட்டை கூட அவனின் உடம்பில் இல்லாமல் அவன் நிர்வாணமாக இருப்பது போல் அவனுக்குப் பட்டது. மதியம் சாப்பிடாமல், சாப்பாட்டு பாக்சைக் கழுவாமல் வேறு உணவு முறைக்கு மாறலாமா என்ற யோசிப்பு வந்தது.

வேறு வழியில்லை பஞ்சாயத்துத் தலைவரிடம் சரணடைந்து விட வேண்டியதுதானா. தொகுதி பாராளுமன்ற உறுப்பினர் வீட்டிற்கு அருகில் பழனி பல ஆண்டுகள் இருந்திருக்கிறான். தினமும் காலை நடை பயிற்சியில் பழக்கம். அந்தப் பழக்க விசுவாசத்தில் இரண்டு முறை அவருக்கு வாக்குகள் வேறு போட்டிருக்கிறான். அந்தப்பழக்கத்தில் அவரிடம் ஒரு மனு கொடுக்கலாம் என்ற எண்ணம் வந்து அவர் காலை ஏழு மணிக்குள்தான் வீட்டில் இருப்பார் என்று பல விதங்களில், பல திசைகளில் ஆராய்ந்து ஒரு நாள் அவரைச் சந்தித்து மனு தந்தான்.

“உங்ககிட்ட இதுவரைக்கும் ஒண்ணுக்குமே வந்ததில்லே”

“பஞ்சாயத்துத் தலைவர்கிட்டப் பேசிடறன். நாளைக்கே தண்ணி வந்துரும்”

கிருஷ்ணனுக்கு உடம்பு சுகமில்லை. இருநாட்களாகக் காய்ச்சலாக படுத்துக் கொண்டான். அன்றைக்கு கழிப்பறையில் சொட்டு நீர்கூட இல்லாதது சாப்பிட்டு முடித்தபின்னே தெரிந்தது பழனிக்கு. குடிக்கக் கொண்டு வந்த குடிநீர் குப்பியும் ஏகதேசம் காலியாகிவிட்டது. அதில் மிச்சமிருப்பதில் கையைக் கழுவி தினசரித்தாளில் துடைத்து சரிசெய்து விட முடியாது எண்ணெய் பிசுக்குடன் இருந்த சோற்றுக்கையுடன் கேட்டை விட்டு வெளியில் வந்து நின்றான். அலுவலக எதிர் வீட்டு வீரப்பன் நின்றிருந்தார். அவர் நெற்றியில் அழுத்தமானக் கோடாகியிருந்த

சந்தனக்கீற்றுகளையும் நடுபொட்டு சிவப்புக் குங்குமத்தையும் சுத்தமாய் கழுவ ஒரு குடம் தண்ணீராவது வேண்டும் என்று பட்டது. அவர் செய்யும் ஜோசியர் வேலைக்கு அந்த சந்தனக்கீற்றுகள் அவசியம் என்பது போல் படும்.

"என்ன உள்ள தண்ணியில்லையா. எனக்கு ஜோஸ்யம் தெரியாதாக்கும்" என்று கேட்பது போல் அவரின் முகத்துக் கண்களின் மிரட்டல் இருந்தது. கண்கள் எதையோ துழாவின. சோறுக்கையை மறைக்கிற விதமாய் பின்புறம் கொண்டு போய் வைத்தான் பழனி.

"என்ன ஆபீசர் சார் சாப்புட்டீங்களா"

"சாபுட்டேன்.. நீங்க சாப்புட்டீங்களா"

"சாபுடணும். ஆமா எங்க கிருஷ்ணனே காணம் ரெண்டு நாளா..."

"உடம்பு சொகமில்லெ. டூட்டிக்கு வர்ரலே. ஏதாச்சும் விசேசமா"

"ரெண்டு பில்லு கட்ட பணம் தந்திருந்தன். புது கனெக்ஷனுக்கு டெபாசிட் பணமும். டவுனுக்குப் போகும்போதுதானே கட்டுவார். எங்க இந்த வெயில்லே கிளம்பிட்டீங்க"

"சந்தைபக்கம் சும்மாதா"

தூரத்துப் பார்வையில் சந்தைத்திடலில் தார்ப்பாய் போட ஆயத்தமாக மூங்கில்கள் நடப்பட்டு நின்றிருந்தன அநாதையாக. வலது பக்கம் போனால் தெருமுனை குழாய் வரும் அதில் இப்போது தண்ணீர் வராது. இடதுபக்க சந்தைக்குள் ஒரு குழாய் இருக்கிறது. அங்கு பெரும்பாலும் எல்லா நேரங்களிலும் தண்ணீர் வரும். சந்தைமைதானத்தில் அய்ம்பது இலங்கை அகதிக் குடும்பங்கள் இருக்கின்றன... அவர்களுக்கென்று பிரத்யேகமாகப் போட்டதாம். கிருஷ்ணன் அவ்வப்போது அங்கும் தண்ணீர் பிடிப்பான். அது சற்றே தூரம் என்பதால் வலதுபுற பொதுக்குழாயைப் பெரிதும் பயன்படுத்துவான்.

பழனியின் நடை சந்தை குழாயின் முன் வந்து முடிந்தது.

குழாயைத் திருப்ப தண்ணீர் கொட்டியது. சோத்துக் கை கலவையாக மினுங்க குனிந்து கொஞ்சம் மண்ணைத் தொட்டுத் தேய்த்தான். ப வடிவில் கீற்றுக் கொட்டைகளும் ஆஸ்பெஸ்ட்டாஸ் கொட்டைகளும் அழுக்குடன் நின்றிருந்தன. ஏதோரு தன்னாவ நிறுவனம் குழந்தைகளுக்கான மாலை நேர வகுப்புகள் பற்றி ஒரு போர்டு மூலம் பறை சாற்றியது. ஒல்லியாய் மேலே சென்றிருந்த வேப்பமர சொற்ப நிழலில் இரண்டு குழந்தைகள் அரைகுறை ஆடையில் உட்கார்ந்திருந்தன. அவ்வப்போது அந்தப்பக்கம் வரும்போது இது போல் சில குழந்தைகள், சில பெண்களைப் பார்த்திருக்கிறான். இலங்கை போன்ற அழகான நாட்டிலிருந்து விட்டு இந்த ஆஸ்பெஸ்டாஸ் கூரைக்குள் அப்படி இவர்கள் வாழ்க்கை நடத்துகிறார்கள் என்பது அவனுக்கு ஆச்சர்யமாக இருக்கும். பேண்ட்டை சற்றே இருகால்களிலும் சுருட்டி விட்டு கால்களை நனைத்தான். முகம் கழுவிக் கொண்டான். முழங்கை வரைக்கும் நீர் விட்டு கழிவுக் கொண்டான். பெருமூச்சுடன் வானம் பார்த்தான். வெளிறிய நீலத்துடன் பிரகாசமாய் இருந்தது. “பஞ்சாயத்துத் தலைவர்கிட்டப் பேசிடறன். நாளைக்கே தண்ணி வந்துரும்” என்ற பாராளுமன்ற உறுப்பினரின் வார்த்தைகள் அந்நேரத்து சூரியப் பிரகாசமாய் அவனுள் பரவியிருந்தது.

நாளை என்பது பல வாரங்களாகி விட்டன. எதுவும் நடக்கவில்லை. ஒருநாள் தொகுதி பாராளுமன்ற உறுப்பினரிடம் கைபேசியில் பேசினான்.

“என்ன பழனி.. பஞ்சாயத்துத் தலைவரை ஒரு தரம் பாத்திருங் களேன். சரியா”

வேறு வழியில்லை பஞ்சாயத்துத் தலைவரிடம் சரணடைந்து விட வேண்டியதுதானா. இதை பல மாதங்களுக்கு முன்பே செய்திருக்கலாம். மனு பற்றி விசாரிக்கையில் சரியான பதில் வரவில்லை.

“பஞ்சாயத்துத் தலைவரும் எம்பியும் ஒரே சாதி. ஆதிக்க சாதி. அப்புறம் ஒரே கூட்டம் வேற. சாதியிலெ ஒரே கூட்டம். அப்பறம் பணம் கொள்ளையடிக்கிறக் கூட்டம் “அம்பேத்கார் பேரவை இராவணன் நக்கலுடன் பழனியிடம் சொன்னார்...” உங்களுக்காக

இதெ எங்க யூனியன்லெயும் பிரச்சினையாக்காமெ இருக்கம். எத்தனை நாளைக்கோ அவர் சக ஊழியர்.வெளிப்புற வேலை என்று இருப்பார்.

நிலுவையில் உள்ள இரண்டு கோப்புகளும் சீக்கிரம் முடிந்து விடும் என்ற நம்பிக்கை இருந்தது. ஆனால் எத்தனை நாளைக்குக் காத்திருப்பது. குடிநீர்பிரச்சினை, கழிப்பறை நீர் பிரச்சினை, அலுவலகத் தோட்டம் வேறு காய்கிறது,கொஞ்சம் பசுமையாய் இருக்கிறது என்று தலைமையகத்தில் முன்பொரு கூட்டத்தில் பாராட்டுத் தெரிவித்திருந்தனர். அந்தப் பாராட்டைக் காப்பாற்ற வேண்டும். வாய்மொழிப் பாராட்டுதான். பாராட்டுப்பத்திரம் என்று எதுவும் இல்லை. இருந்திருந்தால் திரும்பப் பெற்றிருப்பர். கோட்டப் பொறியாளரிடம் ராமண்ணன் போல் யாராவது உண்மை நிலையைப் போட்டுக் கொடுத்து விட்டால் அலுவலக ரீதியாக நடவடிக்கை என்று வரும். தொழிற்சங்கத்திடம் போய் நின்று பொய் சொல்ல வேண்டியிருக்கும். முக்கியத் தொழிற்சங்கத்தைச் சார்ந்த முற்போக்கு இலக்கிய அமைப்பின் புரட்சிகர இலக்கிய அமர்வுகளுக்குத் தவறாமல் போய் வந்தான் பழனி. தன் மீது கருணைப் பார்வை அல்லது தோழமைப் பார்வை பட்டுமே என்று... புரட்சிகர இலக்கியங்கள் அவனுக்குப் பிடிக்காது என்றாலும் தவறாது சென்று வந்தான். சென்ற வாரக்கூட்டத்தில் ஒரு தொழிற்சங்கத்தலைவர் ஒரு புரட்சிகர நூலை அறிமுகம் செய்தார். பெண் தொழிலாளர்களைப் பற்றிப் பேசினார். குறிப்பாக அவர்களுக்கான கழிப்பறை, பிரசவ கால சலுகைகள் பற்றி விரிவாய் பேசினார். அய்ந்துத் தொழிலாளர்களுக்கு மேல் உள்ளத் தொழிற்சாலையில் பெண்களுக்குத் தனிக்கழிப்பறைகள் அமைக்கப்பட வேண்டும். கழிப்பறைகள் அமைந்திருப்பதும் அவற்றைப் பயன்படுத்த நேரமும் என்பது பெண் தொழிலாளர்களைப் பொறுத்த வரை முக்கியமான பிரச்சினையாகும். இது ஆரோக்யம் சார்ந்த முக்கியப் பிரச்சினையும் பெண்களுக்கான பாதுகாப்புப் பிரச்சினையும் கூட. தொழிற்சாலைகளில் உற்பத்தி இலக்கு அடைய நேரத்தை இழக்க நேரிடும் என்று கழிப்பறைக்குப் போக பல பெண்கள் விரும்புவதில்லை. பெண்கள் கழிப்பறையைப் பயன்படுத்துவதற்கு குறிப்பிட்ட நேரம் ஒதுக்கி முறைப்படுத்துவது

என்பது சில தொழிற்சாலைகளில் நடக்கிறது. பெரும்பாலும் அவை போதவில்லை, சுகாதாரமற்றதாக உள்ளன அல்லது வெகுதூரத்தில் உள்ளன. கழிப்பறை விசயம் நிர்வாகத்துடனான பேச்சுவார்த்தையின் முக்கியப் பொருளாகும். ஆனால். தொழிற்சங்கங்கள் மூலம் முதலில அதைத் தீவிரமாக எடுத்துக் கொள்ள வேண்டும் என்றார். சர்வதேச தொழிலாளர் அமைப்பின் விதிகளைப் பற்றிப் பேசினார்.

அவனின் ஆளுமைக்குட்பட்ட இணைப்பகங்களில் பெண் தொழிலாளர்களே இல்லை என்பது அவனுக்கு ஆறுதலாக இருந்தது.அவன் மனைவிக்குகூட அதுதான் பெரும் ஆறுதல்.

கிருஷ்ணனிடம் கடைசி கட்ட ஆலோசனைகளைப் பெறுவது என்ற யோசனையில் இருந்தான் பழனி.

“சார் புது போன் கொஞ்சம் வந்திருக்கே. பழையதே ரீபிலேஸ் பண்ண கொஞ்சம் தர்லாமா”

“தர்லாமே. நாப்பது வந்திருக்கு. நாலு தர்லாம், பத்து சதம்”

“கரண்ட் ஆபீசிலே கேட்டாங்க, அப்புறம் பஞ்சாயத்து யூனியன்லே கேட்டாங்க”

“குடுத்துட்டு ரசீது வாங்கிங்க”

“பஞ்சாயத்து யூனியனுக்கு போறப்போ நீங்களும் வாங்க”

“உம்”

“பஞ்சாயத்துத் தலைவர் இருக்கறப்போ சொல்றன். போலாம்”

“பஞ்சாயத்துத் தலைவர்கிட்ட போய் நிக்கணுமான்னு. எவ்வளவு சிரமப்படறோம் . ஒத்துழைக்கவே இல்லை பாருங்க”

“அங்க போயி மன்னிப்பு கேட்கறதெல்லா ஒண்ணுமில்லெ. சாரின்னு கூட சொல்ல வேனாம். கூட வாங்க. புது போன் குடுத்துட்டு தண்ணி விசயம் பாத்திருங்கன்னு நான் சொல்றன். நீங்களும் ஆமா பாருங்கன்னு ஒரு வார்த்தை சொல்லுங்க

அவர்கிட்ட ... போதும். ரோட்டு பைப்லெ தண்ணி புடுச்சிட்டு வர்றது எனக்கு சிரமமா இருக்கு சார். வீட்லே தண்னி வந்தா கூட புடிக்கமாட்டன். இங்க தெருவிலெ அலையறன்"

"சாரி... செரி கிருஷ்ணன் போலாம். பஞ்சாயத்து போன் நல்லா வேலை செய்யுதில்லே"

"அய்க்கிய நாட்டு சப்சிடி இருக்கறதுனால சர்வீஸ் தடைபடக் கூடாதுன்னு டெயிலி போன் பண்ணி டெஸ்ட் பண்ணி விபிடி ரிஜிஸ்டர்லே எண்ட்டீரி போடறமே சார். தலைவர்கிட்ட உங்களெப்பத்தி சொல்லிருக்கறன். கூட வாங்க போதும்"

அன்றைக்கு உற்சாகமாக பழனி பத்து போண்டாவும், பத்து மெதுவடையும் வாங்கிக்கொண்டான். அலுவலகத்திற்கு வரும் வழியில் நான்காம் கி மீட்டரில் ஒரு தள்ளு வண்டிக்கடையில் அவை சுவையானதாகக் கிடைக்கும். அளவில் பெரிதாகக் கூட இருக்கும். நகரத்தின் எந்தக்கடையிலும் அவை மூன்று மடங்கு விலை இருக்கும். ஸ்டாப் மீட்டிங் என்று நடக்கிற நாட்களில் கவனமாக அதிகப்படியாக வாங்கிச் செல்வான்.கூடவே பத்து ஜாங்கிரித் துண்டுகளும் வாங்கினான். அவ்வப்போது போண்டாவும், மெதுவடையும் வாங்கிக் கொண்டு வந்து சகஊழியர்களை உபசரிப்பான். அன்றைக்கு இனிப்பும் கூட வாங்கியிருந்தான்.

அவனின் வாகனம் அபரிமிதமான வேகத்தில் சென்றது. பழையபடியே அலுவலகத்திலேயே டிபன் பாக்சை கழுவி வீட்டிற்குச் செல்வது அவன் மனைவிக்குப் பிடித்திருந்தது. சாப்பிட்ட எச்சில் கையை நன்கு சோப் போட்டுக் கழுவிக் கொள்வதில் எப்போதும் அவனுக்கு ஆர்வம் உண்டு. எண்ணெய்பிசுக்கில்லாமல் கணினியையும் கோப்புகளையும் தொடுவது அவனை வெகு இயல்பாக்கியிருந்தது.. அலுவலகத் தோட்டத்தில் கருவேப்பிலை செடி துளிர்க்க ஆரம்பித்திருந்தது. சீக்கிரம் அசோகமரம் பச்சையாக நிற்கும் போலிருந்தது. ஒருபெரும் பிரளயத்திலிருந்து தப்பித்து விட்டது போலிருந்தது.

"பஞ்சாயத்து பைப் தண்ணி மறுபடியும் வர்தே அதுக்கா சார்

டிரிட்” என்று கேட்டார் இராவணன் .

“எங்க யூனியன் கேஸ் எடுக்கத் தேவையில்லாமெ பண்ணிட்டீங்க. பஞ்சாயத்துத் தலைவர் இருக்கானே ஆதிக்க சாதிக்காறன் சார் அவனும் அவன் கூட்டமும். இந்த நாட்டெ சீரழிக்கறதே ஆதிக்க சாதி சார். நீங்க சொன்ன ஒரு சின்ன கமண்ட்டே மனசிலெ வச்சிட்டு சிரமப்படுத்திட்டான் பாருங்க சார்”

“அதில்லீங்க. எப்பவும் டிரீட் தர்ரதுதானே”

“அது எனக்கும் தெரியும்தானே .ஏதோ சம்பந்தப்படுத்திச் சொன்னன்”

உள்ளாட்சித் தேர்தல் பற்றிய அறிவிப்பு அன்றைக்கு வந்திருந்தது. அதில் அந்தப்பஞ்சாயத்து பிற்பட்டோர் தொகுதியாக அறிவிக்கப் பட்டிருந்ததை பழனி நினைத்துக் கொண்டான். இராவணக்குத் தெரியவில்லை போல.

கந்தசாமி இருமுறையும் சென்ற முறை பெண்கள் தொகுதி என்பதால் அவர் மனைவி ஒருமுறையுமாக பதினைந்து ஆண்டுகள் தொடர்ந்து அந்தப்பஞ்சாயத்தில் அவர்கள் அதிகாரம் செய்து வந்திருப்பதை நினைத்துக் கொண்டான்.

என்னமோ பதிவு உயர்வு கிடைத்தது போல ஒரு மகிழ்ச்சி பழனியின் மனதுக்குள் வந்து விட்டது. இங்கிருந்து நகர அலுவலகங்களில் ஒன்றுக்கு அவன் மாற்றம் கேட்டிருந்தது கிடைத்து விட்டது போன்ற மகிழ்ச்சி அவனுக்கு. குண்டுகுண்டான போண்டாவை அன்றைக்கு ரொம்பவும் ருசித்துச் சாப்பிட்டான் பழனி.

உயிர்மை

களிமண் பட்டாம்பூச்சிகள்

தங்கமணிக்கு வயிறு பெருத்துக்கொண்டே போனது. எப்போது வேண்டுமானாலும் பிரசவித்து விடலாம் என்பது போல் பயம் வந்தது கோபிநாத்திற்கு. வலி வந்து விட்டால் பழையனூரில் இருக்கும் ஏதாவது மருத்துவமனையில் சேர்த்து விடலாம் என்று நினைத்திருந்தான். ஆனால் வலி வருவதற்கான எந்த அடையாளமும் தங்கமணியிடம் காணப்படவில்லை என்பது கோபிநாத்திற்கு வருத்தமாக இருந்தது. வருத்தம் பிரசவத்தால் உடைந்து போகும்.

ஜானகி பிரசவத்தின் போது எப்படியெல்லாம் நடந்து கொள்ள வேண்டும் என்பதைத் திரும்ப திரும்பச் சொல்லிக் கொண்டிருந்தாள். பற்களைக் கடித்துக் கொண்டு முக்க வேண்டும். முடிந்த மட்டும் உந்தித் தள்ளவேண்டும். கால்களை அகல விரித்து வைத்துக்கொள்ள வேண்டும். நிணநீர் அதிகம் வெளியேறுகிறதென்று கவலைப்படக்கூடாது. பெருங்குரலெடுத்து, பெரிய கஷ்டம் வந்துவிட்டது அதிலிருந்து தப்பிப்பதுபோல் சப்தமிடவேண்டும். என்று சொல்லியிருந்தாள். ஜானகி தங்கமணியின் பெரிய அத்தை. மூன்று குழந்தைகள் பெற்றெடுத்தபின் கருத்தடை செய்து கொண்டவள். அப்பாடா அப்பாடா என்பாள் பிரசவம் பற்றிக் கேட்டாள்.

"அம்மா மறுபடியும் ஆட்சிக்கு வர்றாங்க. அவங்க பதவி ஏத்துக்கற நாளன்னிக்கு கொழந்தே பொறக்கும் பாரேன். கட்சிக்காரங்க கிட்டே சொல்லி பொறக்கற கொழந்தைக்கு கால் பவுன் மோதரமாச்சும் அம்மா பேர் போட்டு இருக்கறது உன் கையிலே குடுக்கப் பண்ணுவன்" என்றாள் ஜானகி. அம்மாவின் கட்சிக்காரி அவள். தீவிரமான மேல்மருவத்தூர் பக்தைகூட.

"எனக்கென்னவோ அஞ்சான் படம் ரிலீஸ் ஆகற அன்னிக்கோ, வேலையில்லாத பட்டதாரி ரிலீஸ் ஆகற அண்ணிக்கோதான் குழந்தை பொறக்கும்னு தோணுது"

"சரியான சினிமா பைத்தியமடா கோபி நீ. படம் பார்க்கறப்போ குழந்தை பொறக்கணும்னு படத்துக்கு கூட்டிட்டு போயிடுவே போலிருக்கு..."

"செரி... கம்யூட்டர் சாதகமுன்னு கடை வந்திருக்கே. அங்கெ என் சாதகத்தைப் போட்டு பிரசவ நேரம் பாருங்க.. இல்லீன்னா உங்க பிரண்ட் சோமசுந்தரம் கம்யூட்டர் படிச்சவர் சாதகமும் பாப்பாரில்லையா... அவர்கிட்டக் கேளுங்க..."

"பொதுவாத்தான் சொல்வான். பிரசவ நேரமெல்லா சொல்ல மாட்டாங்க. அதெல்லா யாருக்குத் தெரியும். அறுத்து எடுக்கற னேரத்தெ வெச்சு சாதகம் தயார் பண்ற ஆளுக இருக்காங்க"

"அறுக்கறெல்லா உடம்பு தாங்காது. வேண்டா சாமி. வெளிநாடு கூப்புட்டுப் போறன்னு அறுத்துத் தள்ளியிருக்கார் இவரு ஜானகி"

"அது வேற சத்தியம் பண்ணியிருக்கானா"

"இவருதா சினிமாவுல டூயட் வரப்பெல்லை இது சிங்கப்பூர், சிங்கத்தீவு, சந்தோச தீவு, இது காசினோவா, இது உலகம் சுற்றும் வாலிபன் பாட்டு எடுத்த பார்க்குன்னு ஒவ்வொண்ணையும் காமிப்பார். இதுக்கெல்லாம் கூட்டிட்டு போறன் கண்ணுன்னு சொன்னார். தேனிலவுக்கு கூட்டிட்டு போவார்ன்னு பாத்தேன். வேலைக்குன்னு கூட்டிட்டு போயி குடும்பம் நடத்தாட்டியும் டுயூரிஸ்ட் விசாவுல கூட்டிட்டுப் போயி காட்டிட்டு வருவான்னார். இப்போ பிரசவத்துக்கு வந்து நிக்கறேன். என் கொழந்தையாச்சும்

மூன்று நதிகள்

கூட்டிட்டு போவார்ன்னு பாக்கணும்"

"கொழந்தையோடு உன்னையும் கூட்டிட்டுப் போறன் கண்ணு"

"இந்தக் கொஞ்சலுக்கெல்லா கொறச்சல் இல்ல போங்க... நல்ல ஆஸ்பத்திரியாச்சும் கூட்டிகிட்டு போயி வலியில்லாம பிரசவம் பார்க்க பண்ணுங்க..."

"அதுக்காக அம்மா பதவி ஏற்கற நாள்லே கால் பவுன் மோதிரத்திக்காக வயித்தைக் கிழிச்சு எடுக்கச் சொல்றியா..."

"அய்யய்யோ ...சும்மா இருங்க.. வாயை வெச்சுகிட்டு"

"குல தெய்வத்திற்கு வேண்டியிருக்கறன். எல்லாமும் நல்லா நடக்கும்..."

தொட்டிச்சியம்மன் அவர்களின் குலதெய்வம் கோடாங்கிகளின் தெய்வம் அது. வீட்டு வேலைக்கென்று இருந்த வேறு குலப் பெண்ணை கோடாங்கி குலத்துக்காரன் கூட்டி வந்து குடும்பத்துக்கு காவலாக வைக்கிறான். அவளே குடும்பத்தை காத்து குலதெய்வம் ஆகிவிட்டாள் என்பது பூர்வீகக் கதை.

"குழந்தை பொறக்கப் போகுது கொழந்தை பொறக்கப் போகுதுன்னு உடுக்கையெல்லா அடிச்சிருவீங்க போலிருக்கு"

"சாதித்தொழிலைப் பண்ணிக் காமிக்கணும்கரியா. டச் வுட்டுப் போகுதுன்னு டிரைபன்னச் சொல்றியா"

"அதெல்லா வேண்டா சாமி. நடுராத்திரியில் உங்கள வெளியே அனுப்பிச்சுட்டு நான் கதியா கெடந்து இருக்கணுமா..."

வெளிநாட்டு வேலைக்கென்று அலைந்து கொண்டிருந்தான் கோபி. எதுவும் கிடைக்கவில்லை. குலதெய்வத்தை ரொம்பவும் நம்பியிருந்தான்.

அவன் பள்ளிக்கூடம் போகிற காலங்களில் மீன் வேட்டைக்கு முருக நதி பக்கம் போவான். தொட்டிச்சியம்மன் கோவிலுக்குப் போய் கும்பிட்டுவிட்டு மீன் பிடித்தால் எதாவது அகப்படும்.

இல்லாவிட்டால் திருப்தியாக இருக்காது. இதை பரிசீலித்தும் பார்த்திருக்கிறான். பரிசீலித்துப் பார்க்க பல சந்தர்ப்பங்கள் அமைந்திருந்தன.

மருத்துவமனையில் சும்மா உட்கார்ந்து சலித்துப் போனதென்று சோமசுந்தரத்தை வரச்சொல்லியிருந்தான். வேலைக்குப் போகும் போதோ, திரும்பும்போதோ வருவதாகச் சொல்லியிருந்தான்.

“என்ன எப்பிடி அமையப் போகுது”

“சுகப்பிரசவமா இருந்தா நல்லதுதா”

“இல்லீன்னா அறுக்கெடுக்கறதுதானா”

“வேற வழி...”

சோமசுந்தரம் வேலைக்கு போகும்போது கணபதியை பழையனூர் பேருந்து நிலையத்தில் விட்டு விட்டு போனான். அவன் பெரிய வண்டி வாங்கியதில் அவன் அப்பாவுக்கு உடன்பாடில்லை.

“இவ்வளவு பெரிய கனமான வண்டியை எப்படிடா சொமக்கபோறே”

“என்ன தலையில் வச்சா சுமக்கப் போறேன். கால்ல எட்டி ஒதைச்சா அது பாட்டுக்கு போய்கிட்டிருக்கும்”

சோமசுந்தரம் படித்து விட்டு கோழி தீவனக் கம்பனி ஒன்றுக்கு சூப்பர் வைசராக வேலைக்கு சென்று சென்றுகொண்டிருந்தான். அவன் அப்பா கணபதிக்கு அது பிடிக்கவில்லை. ஜாதகம் பார்க்கக் கற்றுக்கொள் என்று படிக்கிற காலத்தில் நச்சரித்துக் கொண்டிருந்தார். அவனும் ஓர் ஆண்டு அவருடனே இருந்து கற்றுக் கொண்டான். நோட்டில் கட்டம் போட்டு ஜாதகம் எழுதவும் கற்றுக் கொண்டான். ஜாதகம் பார்த்து சொல்லவும் கற்றுக் கொண்டான். கணபதிக்கு அது ஆறுதலாக இருந்தது.

பாட்டி கிருஷ்ணம்மாள் “நம்ம தலைமுறையில பரம்பரையெக் காப்பாத்தறதுக்கு ஒருத்தன் இருக்கான்” என்று பெருமையாகச் சொல்லிக் கொள்வாள். ஆனால் படித்து முடித்த பின் ஜாதக

மேடையில் உட்கார மாட்டேன் என்று அடம் பிடித்தான்.

"வேலைக்கு போறேன்"

"என்னடா இப்படி குண்டைத் தூக்கிப் போடறே"

"ஷூட்ல உக்காந்து இதெல்லா நான் பண்ண முடியாதுப்பா"

"கோபால் மாதிரி மேடராசுக்கு போயி ரூம் போட்டு பாரடா. இல்லீன்னா கோயம்முத்தூர் திருப்பூர்ன்னு போயி கடை போட்டுக்கோ. பழனியில கட போடறதும் வருமானம்தா"

"அதெல்லாம் முடியாதப்பா... நான் வேலைக்கு போறேன்"

"வேலை கெடைக்கறவரைக்கும் கூட இருடா"

"கூட உட்கார்ந்தாப் பழகிப் போயிடும். வேண்டா... வேலைக்கு போகிறேன். நல்ல முடிவுதான்னு நினைக்கிறேன்"

ஆறு மாதங்கள் எதற்கெதற்கோ இன்டர்வியூ என்று போனான். பிறகு பல பரீட்சைகள் எழுதினான். பத்து கி.மீட்டரில் இருக்கும் எம்சிஎம் கோழித் தீவனத் தொழிற்சாலையில் வேலை கிடைத்தது என்று சேர்ந்து விட்டான்.

"கம்ப்யூட்டர்ன்னு என்னென்னமோ படிச்சே. கோழித்த தீவனத்துக்கு போயிட்டியேடா"

"அதுக்காக கம்ப்யூட்டர் ஜாதகம் பார்க்க முடியுமா நான். கம்ப்யூட்டர் வேலைன்னு அதுவும் ட்ரை பண்ணிட்டு இருக்கன். கெடச்சா போயிருவேன்"

கணபதி நல்லூர் பிரிவிற்கு ஒரு ஜாதகம் பார்க்க கிளம்பி பேருந்துக்காக காத்திருந்தார். இப்போதெல்லாம் வெளியிலும் கிளம்பி விடுகிறார்.

"ஜாதகம் பார்க்கற தொழில் அப்பிடி இப்படின்னீங்க. இப்போ வீடு தேடிப் போயி பாக்கவேண்டிய காலம் வந்திருச்சு பாருங்க. வெளியூர்ன்னு போயி பார்க்கறீங்க"

"கோபால் மாதிரி கண்ணு முன்னாலே ஜெயிச்சவங்க இருக்காங்களே. வெளியூர் போயி கோபால் ஜெயிச்சிருக்கானே"

"கோபால் பத்தியெல்லா பேசாதீங்கப்பா. நாணயமானவனில்லே. கள்ள நோட்டுக்காரன்னே பேரு வந்திருச்சு. மெட்ராஸ் மாதிரி தெள்ளவாரிக இருக்கற ஊர்ல இருக்கறதுக்கு செரியான ஆளுதா. அவர் சம்பாத்தியம் பத்தி பெருமையா பேசாதீங்க."

தலைமுறையாய் ஜாதகம் பார்க்கும் குடும்பம். வருமானம் கொஞ்சம் குறைந்து விட்டது. அதை நிவர்த்தி செய்ய வெளியூர் போகவும் தயாராகி விட்டார். யாராவது தொலைபேசி செய்து கூப்பிட்டால் கணபதி கிளம்பி விடுகிறார்.

"இங்க ஊருக்கு வர்றீங்களா" என்று கேட்பார். இல்லையென்றால் அவரே முகவரி வாங்கிக்கொண்டு கிளம்பி விடுவார். காலம் மாறிவிட்ட பின் தானும் மாறிக்கொள்வதில் உறுதியாக இருந்தார்.

அடுத்த மாதத்தில் ஒரு நல்ல நாளில் பிரசவம் செய்ய, அறுத்துக் குழந்தையை வெளியில் எடுக்கத் தேதி கேட்டிருந்தார் அமெரிக்கா ரிடர்ன் செல்வராஜ். பழனிக்குப் பக்கமிருக்கும் சோமராயன்பட்டிக்காரர். வசதியானவர். எல்லா அம்சங்களும் பொருந்தி வருகிற மாதிரி அந்த நேரத்தில் குழந்தை பிறந்ததாகக் குறித்துக் கொண்டு ஜாதகம் எழுத வேண்டுமாம். அதைக் கேட்டதும் மனம் பேதலித்துப் போன மாதிரி ஆகிப்போனார்.

"கோபிநாத் ஜாதகம் எழுதணும்னு கேட்டுட்டு இருந்தான். வெளிநாடு போற மாதிரி கெடைக்கணும்ன்னு சொன்னான்"

"இன்னம் பிரசவமே ஆகலியே. அறுத்து எடுக்க நேரம் கேக்கறானா"

சட்டெனத் திகைப்புடன் சோமசுந்தரம் பார்த்தான்.

"அறுத்து எடுக்க நேரம் குறிச்சுக் குடுக்கற நெலமைக்கு நம்மப் பொழப்பு போயிருச்சு பாரேன்"

தீராநதி

மூன்று அபிப்ராயங்கள்

ஜெயமோகன்

சுப்ரபாரதிமணியனை எனக்கு அவர் ஹைதராபாதில் இருக்கும் போதே தெரியும். இருவரும் ஒரே ஆண்டில் ஜனாதிபதி வழங்கிய "கதா விருதை"ப் பெற்றோம். தொடர்ச்சியாக கடிதங்கள் வழியாக இலக்கிய உரையாடலில் இருந்தோம். அவர் "கனவு" என்னும் சிற்றிதழை நடத்திக்கொண்டிருந்தார். நான் அதில் பங்குபெற்றேன்.

அப்போதுதான் தமிழில் மிகைபுனைவு எழுத்துமுறைகள் பெரும் ஆர்வத்துடன் அறிமுகமாயின. நேர்கோடற்ற எழுத்துமுறை ஆவேசத் துடன் முன்வைக்கப்பட்டது. மொழி திருகலாக இருந்தால்தான் அது எழுத்து என்னும் எண்ணம் சிறிய சூழலில் வலுப்பெற்றது. நானும் அந்த அலையில் ஆர்வம் கொண்டிருந்தேன். நேர்கோடற்ற கதைசொல்லும் முறை, மிகைபுனைவு, படிமங்கள்செறிந்த மொழி ஆகியவை எனக்கு அன்றும் இன்றும் உவப்பானவை. ஆனால் அதையே ஒரே எழுத்துமுறையாகக் கொள்வதை என்னால் ஏற்க முடியவில்லை.

அன்று அசோகமித்திரனை 'எளிமையான யதார்த்தவாத எழுத் தாளர்' என நிராகரிக்கும் ஒரு மனநிலை நிலவியது. அதற்கேற்ப அசோகமித்திரன் அன்று சாவி போன்ற வணிக இதழ்களில் சாதார ணமான பல கதைகளை எழுதிக்கொண்டும் இருந்தார். சிற்றிதழ்சாந்த இலக்கியம் அவரைக் கடந்து நெடுந்தூரம் சென்றுவிட்டது என்ற பேச்சு அன்றைய இலக்கியச்சூழலில் அதிக ஓசையிட்டவர்களால் அடிக்கடி முன்வைக்கப்பட்டது. ஆனால் அசோகமித்திரன் தமிழிலக்கியத்தில் ஒரு சிகரம் என்னும் எண்ணம் எனக்கிருந்தது. மௌனமாகச் சொல்லப்பட்ட அவரது கதைகள் வாசகனின் கூர்ந்த கவனிப்பைக் கோருபவை என்று வாதிட்டேன்

அதை சுப்ரபாரதிமணியனிடம் சொன்னேன். அவரும் அசோகமித் திரன் மேல் பெரும் ஈடுபாடு கொண்டவர். அசோகமித்திரனுக்கு அப்போது அறுபது வயதாகியது. அதையொட்டி அவருக்காக ஒரு மலர் வெளியிடலாமென நினைத்தோம். நான் பலரிடம் கட்டுரைகள் கோரி பெற்று ஒருவழியாக ஒரு விமர்சன மலரைத் தயாரித்தேன். அது பரவலாகக் கவனிக்கப்பட்டது. உண்மையில் இலக்கியத்தில் ஒரு திசைமாற்றத்தை உருவாக்கியது. அசோகமித்திரன்

மீதான கவனம் மீண்டும் வலுவாக உருவாகியது.அவரின் முதல் நாவல் "மற்றும் சிலர்" குறிப்பிடத்தக்கது.

"மற்றும் சிலர்" நாவலுக்குரிய நிதானமும் அழகும் கூடியிருக்கிறது. ஒவ்வொரு எழுத்தாளனுக்கும் ஒரு எழுத்துருவம் உரித்ததாக இருக்கும். புதுமைப்பித்தனுக்கு சிறுகதை, ஜானகிராமனுக்கு நாவல். இப்படி உங்கள் உருவம் நாவல்தானோ என்று இதைப் படித்த போது தோன்றுகிறது. அதிகமான விவரணை, மொத்தமானப் பார்வை போன்ற உங்கள் தனித்தன்மைகள் நாவலுக்கு உரியவை. சிறுகதை போல் ஒரு புள்ளி மீது படியக்கூடியதல்ல நாவலிஸ்டின் பார்வை. இப்படி படிந்தால் நாவலும் சிறுகதை ஆகிவிடும். (18வது அட்சக்கோடு, வாடிவாசல் மாதிரி). உங்கள் பார்வை ஒரே சமயம் பல விசயங்கள் மீது படிவது. இது நாவலாசிரியனின் பார்வை. சிறுகதை உள்ளங்கையில் ஏந்திய படிகக் கல். நாவல் தொலைதூர மலை. மலைக்கே உரிய பிரமாண்டம். கச்சிதமான உருவம் இல்லாமை, தெளிவும் தெளிவின்மையும் பலவித உருவகங்களின் தொகுப்பு போன்ற தன்மை போன்றவை நாவலில் இருக்க வேண்டும். இவை அனைத்தும் உங்கள் நாவலில் உள்ளன. ஆற்றூர் ரவிவர்மாசார் "நகர வாழ்வின் ஒரு சில்லு துல்லியமாய் பதிவாகியுள்ளது" என்றார். பாராட்டக்கூடிய முயற்சி. எனினும் நாவல் அடிப்படையான பிரச்சினை ஒன்றை மையமாகக் கொண்டிருக்க வேண்டும் அது இதில் இல்லை.. காலமாற்றம் வாழ்வினொரு தோற்றம். இவை மட்டும் போதாது. இவை அனைத்தும் உங்கள் நாவலில் உள்ளன. தமிழில் நாவலாசிரியர்கள் இருவரே. சுரா... திஜா... நீங்கள் சிறந்த அடுத்த நாவலை எழுத இயலும். அதற்கு அடிப்படை தேவையான் நாவல் மனம் இருக்கிறது. அனேகமாய் மேற்குறிப்பிட்ட இருவர் தவிர்த்து மூன்றாவது ஆள் நீங்கள். (புகழ்ச்சி இல்லை வெட்கம் வேண்டாம்)

சுப்ரபாரதிமணியன் நாவல்கள்

முருகேசபாண்டியன்

சமூகப் போராளியாக அவரின் 15 நாவல்கள் இன்றைய சூழலின் விமர்சனங்களாக வெளிப்பட்டுள்ளன, சமகாலப்பிரதிபலிப்பு, உலகமயமாக்கலின் நாசம், விளிம்பு நிலை மக்களின் வாழ்க்கை

என்று வெவ்வேறு தளப் பரிமாணங்களில் கலைத்தன்மையுடன் எழுதி வெற்றி கண்டிருக்கிறார். இவரின் குரல் கார்ப்பரேட் உலகின்வன்முறைக்கு எதிரான முக்கியமான குரல். விளிம்பு நிலை மக்களின் குரல்.

சுப்ரபாரதிமணியன் சிறுகதைகள்
சு. வேணுகோபால்

250 சிறுகதைகளுக்கு மேல் எழுதியிருக்கும். பலவகை அனுபவங்கள், பெண்களின் இயல்புகள், பிரச்சினைகள். சுற்றுச்சூழல், சாதாரண மக்களின் இயல்புகள், நிலத்தோடு தொடர்புடைய அனுபவங்கள், மனிதர்களின் தன் வெறுப்பு, வன்மம் என்று விரிவானதளங்களில் உளவியலோடு ஊடாடி இருக்கிறார். சிறுகதைகள் உயிர்ப்புடன் இருக்கின்றன அவரின் தொடர்ந்த இயக்கத்தால். சில சிறந்த சிறுகதைகள்: ஒவ்வொரு ராஜகுமாரிகளுக்குள்ளும், மிச்சம், எதிப்பதியம், கை குலுக்க சில சந்தர்ப்பங்கள், விமோசம், வாக்கு, தொலைந்து போனக்கோப்புகள்...

சுப்ரபாரதிமணியன்

16 நாவல்கள், 15 சிறுகதைத் தொகுப்புகள் உட்பட 55 நூல்களை வெளியிட்டிருக்கும் சுப்ரபாரதிமணியன் தொடர்ந்து சுற்றுச்சூழல் சார்ந்து இயங்கி வருபவர். திருப்பூரில் வசித்து வருகிறார். “சாயத்திரை” என்ற சுற்றுச்சூழல் மாசுபாடு பற்றிய நாவலுக்கான தமிழக அரசின் “தமிழ்ச் செம்மல் விருது”, சிறந்த சிறுகதையாளருக்கான இந்திய சனாதிபதி வழங்கிய “கதா விருது” உட்பட பல முக்கிய விருதுகளைப் பெற்றவர். இவரின் நாவல்கள், சிறுகதைகள் பல இந்திய மொழிகளிலும் ஆங்கிலத்திலும் வெளிவந்துள்ளன. குறிப்பாக “சாயத்திரை” என்ற திருப்பூர் சுற்றுசூழல் நாவல் ஆங்கிலம், இந்தி, மலையாளம், வங்காளம், கன்னட மொழிகளில் வெளிவந்திருக்கிறது.

“தண்ணீர் யுத்தம்”, “நீர்ப்பாலை” போன்ற இவரின் பத்து நூல்கள் சுற்றுச்சூழல் பிரச்னைகள் பற்றிப் பேசுகின்றன. பல நூல்கள் பல முக்கிய பல்கலைக்கழகங்களில் பாடநூல்களாக இருக்கின்றன. திருப்பூரைச் சார்ந்த இவர் “கனவு” என்ற இலக்கியச் சிற்றிதழையும் 33 ஆண்டுகளாக நடத்தி வருகிறார். பாண்டியன் நகர் தாய்த்தமிழ்ப் பள்ளியோடும் இணைந்து செயலாற்றி வருகிறார்.